சாம்பலாகவும் மிஞ்சாதவர்கள்

கவின் மலர்

எதிர் வெளியீடு

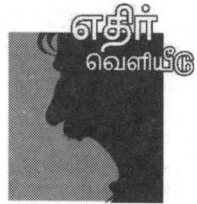

சாம்பலாகவும் மிஞ்சாதவர்கள்
சமூக அரசியல் கட்டுரைகள்
கவின் மலர்

முதல் பதிப்பு: ஜூன் 2016
இரண்டாம் மறுஅச்சு: ஜனவரி 2020
எதிர் வெளியீடு,
96, நியூ ஸ்கீம் ரோடு, பொள்ளாச்சி 642 002.
தொலைபேசி: 04259 226012, 99425 11302.

விலை: ரூ. 160

Sambalakavum Minjathavarkal
Kavin Malar
Copyright © Kavin Malar

First Edition: June 2016
Second Impression: January 2020

Published by
Ethir Veliyeedu, 96, New Scheme Road, Pollachi 642 002.
email: ethirveliyedu@gmail.com
www.ethirveliyedu.in

Price: ₹ 160

ISBN: 978-93-84646-69-1
Printed at Jothy Enterprises, Chennai.

All rights reserved. No part of this book may be reprinted or reproduced or utilised in any form or by any electronic, mechanical or other means, now known or hereafter invented, including photocopying and recording, or in any information storage or retrieval system, without permission in writing from the Publisher.

சாதியவாதிகளால்
ஆணவக் கொலை செய்யப்பட்ட
கோகுல்ராஜ் மற்றும் சங்கருக்கு

நன்றி

புதிய தலைமுறை, ஆனந்த விகடன், ஜூனியர் விகடன், இந்தியா டுடே.

ரா. கண்ணன், திருமாவேலன், மாலன், ஆனந்த நடராஜன், ராஜீவ் பி.ஐ, சதாசிவம், கவிதா முரளிதரன், பெ. கருணாகரன், எம்.பி. உதயசூரியன், கி. கார்த்திகேயன், பாரதி தம்பி, சுகுணா திவாகர், எவிடென்ஸ் கதிர், ஆதவன் தீட்சண்யா, ச. தமிழ்ச்செல்வன், ஜி. ராமகிருஷ்ணன், ஜெயராணி, சந்திரா, தொல். திருமாவளவன், அ.மார்க்ஸ், ஸ்டாலின் ராஜாங்கம், அ. குமரேசன், பாரதி புத்தகாலயம் சிராஜுதீன், லிபி ஆரண்யா, சக ஊடக நண்பர்கள், புகைப்படக் கலைஞர்கள் மற்றும் வாசகர்கள்.

கவின் மலர்

தகவல் தொழில்நுட்பத் துறையில் பணியாற்றி வந்த இவர், ஆர்வம் காரணமாக ஊடகத்துறைக்குள் நுழைந்தார். அகில இந்திய வானொலியின் காரைக்கால் பண்பலையில் சிறிதுகாலம் அறிவிப்பாளராய் இருந்தார். 'புதிய தலைமுறை' 'ஆனந்தவிகடன்', 'இந்தியா டுடே' இதழ்களில் பணியாற்றியிருக்கிறார். 'காட்சிப் பிழை' இதழின் பொறுப்பாசிரியராக பணியாற்றினார்.

2012—13 ஆண்டில் தமிழில் வெளியான சிறந்த கட்டுரைக்கான லாட்லி ஊடக விருது ஆனந்த விகடனில் வெளியான 'அன்பானவர்களுக்கு ஓர் கடிதம்' கட்டுரைக்காகக் கிடைத்தது. சமபாலின ஈர்ப்புடையோர், திருநர்களை மதிப்புமிக்க வகையில் ஊடகங்களில் சித்தரித்தவர்களுக்கான எல்.ஜி.பி.டி இயக்கத் தவரின் நிறங்கள் விருதை 2012ல் பெற்றார். 'அந்திமழை' இதழின் சிறந்த ஊடகவியலாளர் விருதை 2013ல் பெற்றார். கலகம் அமைப்பின் சிறந்த ஊடகவியலாளர் விருதை 2013ல் பெற்றார். சென்னை தோஸ்த் அமைப்பின் வானவில் விருதினை 2015ல் பெற்றார்.

'இந்து ஆன்மிகமே பாசிசம்தான்' என்கிற மொழியாக்க நூலும் 'நீளும் கனவு' என்கிற சிறுகதைத் தொகுப்பும், 'பேராயுதம் மௌனித்த பொழுதில்' என்கிற கவிதைத் தொகுப்பும் வெளி வந்துள்ளன. இசை மற்றும் நாடகக் கலைஞரும் கூட.

பொருளடக்கம்:

என்னுரை 11
நாற்காலிகளும் நடப்புகளும்:
முன்னுரைக்குப் பதிலாக 15

சாதி

தலித் மக்களுக்கு அநீதி இழைக்கப்படுகிறதா? 27
செருப்பு துடைப்பது கேவலமா? 33
சீறிப் பாய்ந்து கொல்லும் சாதியும் அதிகாரமும் 38
வாச்சாத்தி வலி 47
கௌரவக் கொலைகள் 53
தலித் கிராமங்களில் பெட்ரோல் குண்டு வீசி
தீபாவளி கொண்டாடிய சாதி வெறியர்கள் 67
தர்மபுரிக்குப் பின் - காதலின் பெயரால் சாதியக் கொலைகள்
பாலியல் வன்கொடுமைகள் 73
மரக்காணம் - சாதிய வன்முறை 86
மறைக்கப்படுகிறதா தலித் மாணவர்களுக்கான அரசாணை? 91
அணையாத காதல் தீ 94
கொல்லும் சாதி 101
எங்குதான் செல்லும் இந்தக் காதல்? 111
இறந்தபின்னும் துயரம் 114
இணைய சாதிகள் 116
தமிழகத்தில் பறிபோகிறதா சமூகநீதி? 121
கூட்டு வன்புணர்வுக்கு ஆளான சிறுமியின் குடும்பம்
ஊரைவிட்டே வெளியேறும் அவலம் 126
வலுப்படுத்தவேண்டிய வன்கொடுமை தடுப்புச் சட்டம் 129
சாம்பலாகவும் மிஞ்சாதவர்கள்
என்ன ஆனது கண்ணகி முருகேசன் வழக்கு? 136
அநீதியின் மௌன சாட்சிகள் 141

மதம்

கிடைக்குமா நியாயத் தீர்ப்பு 153
நாடற்றவர்கள் 157
எது மதச்சார்பின்மை? 163

என்னுரை:

"உண்மையை உண்மையாகவும்
உண்மையல்லாதவற்றை உண்மை
அல்லாதவையாகவும் தெரிந்து கொள்"
— புத்தர்

"ஒரு பார்ப்பன சிறுவன் நேற்று என்னிடம் வந்து கேட்டான். உங்களுக்கு நாடாளுமன்றத்திலும், சட்டப் பேரவைகளிலும் இடஒதுக்கீடு அளிக்கப்படுகிறதே, அதை ஏன் நீங்கள் கைவிடுகிறீர்கள்? நான் சொன்னேன், நீ "மகர்" ஆக மாறி நாடாளுமன்ற, சட்டப் பேரவைகளில் உள்ள இடங்களைக் கைப்பற்றிக் கொள். பார்ப்பனர்கள் இடஒதுக்கீட்டைப் பயன்படுத்திக் கொள்வதற்காக, ஏன் "மகர்" களாக மாற மறுக்கிறார்கள்? நான் அவர்களிடம் கேட்க விரும்பும் கேள்வி இதுதான்: எங்களுடைய இழப்பிற்காக நீங்கள் ஏன் கண்ணீர் சிந்துகின்றீர்கள்? உண்மையில் ஒரு மனிதனுக்கு சுயமரியாதைதான் தேவையே ஒழிய, பொருளாதாரப் பயன்கள் அல்ல."

— பாபா சாகேப் அம்பேத்கர்

சாதியும் மதமும்தான் இன்று அனைத்தையும் தீர்மானிக்கின்றன. நான் ஊடகத்திற்குள் நுழைந்தது பெருமளவில் சாதிய வன்முறைகள் பெருகிய காலம். ஒரு மோசமான காலகட்டத்தில்

வாழ்கிறோம் என்பதை அன்றாட ஊடகப் பணிகளே கூறின. தலித்துகள் மீதான அரச வன்முறைகள், சாதிய வன்முறைகள், கலவரங்கள், காதல் திருமணங்களுக்கு எதிர்ப்பு, சாதி ஆணவக் கொலைகள், தலித்துகள் மீதான வன்கொடுமைகள், இஸ்லாமியர்கள் மீதான ஒடுக்குமுறை என்று எல்லாமும் இந்த சில ஆண்டுகளில் பெரியளவில் நிகழ்ந்துவிட்டன. அவற்றுக்கு சாட்சியாக இக்கட்டுரைத் தொகுப்பு இருக்கவேண்டுமென்று விரும்புகிறேன். நான் பணியாற்றிய மைய நீரோட்ட பத்திரிகை களில் எழுதிய கட்டுரைகளில் சாதி — மதம் குறித்து மட்டும் எழுதியவற்றிலிருந்து தேர்ந்தெடுக்கப்பட்ட கட்டுரைகளின் சீரிய வடிவம் இதில் தொகுக்கப்பட்டுள்ளன.

சாதி—மதம் குறித்து எழுதியவற்றை மட்டும் தொகுக்கலாம் என்கிற எண்ணம் மெலிதாக இருந்தபோது அதை வலுப்படுத்தி செயல் வடிவம் ஆக்கிய தோழர் சிராஜுதீன், பிரசுரிக்கும் எதிர் வெளியீடு, தோழர் அனுஷ், இந்நூலுக்கு முன்னுரை எழுதியிருக்கும் அன்புக்குரிய தோழர், ஆய்வாளர் எஸ்.வி. ராஜதுரை ஆகியோருக்கு என் அன்பும் நன்றியும்.

கண்ணகி—முருகேசன் இணையரை ஊர் மக்கள் சூழ விஷம் கொடுத்துக் கொன்று பின் எரித்துவிட்ட கொடூரத்தை உண்மை அறியும் குழுவில் சென்று வந்து எழுத்தாளர் தோழர். ஆதவன் தீடசண்யா சமர்ப்பித்த அறிக்கையின் தலைப்புதான் 'சாம்பலாகவும் மிஞ்சாதவர்கள்'. அவரிடம் முறையாக அனுமதி பெற்று அத்தலைப்பை இத்தொகுப்பிற்கு பயன்படுத்துகிறேன். எப்போதும் வழிகாட்டியாக இருக்கும் தோழர் ஆதவன் தீட்சண் யாவிற்கும் அவர் தந்த இத்தலைப்பிற்காகவும் மனமார்ந்த நன்றியும் அன்பும்.

ஒரு வகையில் இக்கட்டுரைகளைத் தொகுத்துப் பார்க்கையில் ஆறேழு ஆண்டுகளில் சாதியின் பெயரால் இத்தனை கொடூரங் கள் நடந்திருக்கின்றனவா என்று அதிர்ச்சியாகவே இருக்கிறது. இதழியலில் இருக்கக்கூடிய நெருக்கடிகளுக்கு மத்தியில் எல்லா வற்றையும் பதிவு செய்வதென்பது இயலாது. பதிவு செய்ய முடிந்தவை இவ்வளவு மாத்திரமே. சாதியம் மற்றும் மதம் சார்ந்த பதிவு செய்யப்படாத பிரச்சனைகள் இன்னும் பெருமளவில் உள்ளன.

'கௌரவக் கொலைகள்' என்கிற சொல் கொஞ்சம்கொஞ்

சமாக வழக்கொழிந்து தற்போது அதற்கு பதிலாக 'சாதி ஆணவக் கொலைகள்' என்கிற சொல்லாடல் அதிகம் பயன்படுத்தப் பட்டாலும் பழைய கட்டுரைகளில் 'கௌரவக் கொலை' என்றே நானும் பயன்படுத்தியிருக்கிறேன். அது அப்படியே இருப்பதே சரியானது.

பாமகவும் வன்னியர் சங்கமும் சில ஆண்டுகளாக தமிழ்ச் சமூகத்தை தலித்—தலித் அல்லாதோர் எனப் பிரிக்கும் பணியை செய்தன. தலித் அல்லாதோர் பேரவை என்று பிற்படுத்தப்பட்ட இடைநிலை சாதிகளைக் கொண்ட ஓர் அமைப்பை உருவாக்கி தமிழகம் முழுவதும் கூட்டங்கள் நடத்தினார் பாமக நிறுவனர் ராமதாஸ். தலித்துகள் மீது 'நாடகக் காதல்', 'ஜீன்ஸ் பேண்ட், கூலிங் கிளாஸ் அணிந்து பெண்களை மயக்குகின்றனர்' என்றெல்லாம் அவதூறுகளைக் கிளப்பிய காலம். பாமகவின் செயல் பாடுகளை அதிகம் விமர்சித்து எழுதியதற்கு அக்கட்சியின் தொடர்ந்த தலித் எதிர்ப்பு செயல்பாடுகளே காரணம்.

இக்கட்டுரைகளை எழுதியதற்கு எனக்குக் கிடைத்த ஆதரவைப் போலவே அதைவிட அதிகமாக எதிர்ப்புகளும் உருவாகின. இளவரசன் — திவ்யா திருமணம், அதைத் தொடர்ந்து தர்மபுரியில் எரிக்கப்பட்ட மூன்று தலித் கிராமங்கள், இளவரசனின் மரணம் ஆகியவை குறித்து நான் பணியாற்றிய இதழ்களில் எழுதியதற்காக, பாமகவினர் மற்றும் பிற ஆதிக்க சாதிகளின் இணையத்தில் தனிநபர் தாக்குதலுக்கும் அவதூறுக்கும் ஆளாகினேன். புகார் தந்து, காவல்துறை நடவடிக்கை இல்லாமல் போய் சென்னை உயர் நீதிமன்றத்தையும் நாடவேண்டி இருந்தது. ஆதிக்க சாதி யினரின் அச்சுறுத்தலை அன்றாடம் சந்திக்க வேண்டி இருந்தது. இளவரசனுடைய மரணம் என்னை வெகுவாக பாதித்தது. இன்றைக்கும் தொடரும் கோகுல்ராஜ், சங்கர் போன்றோரின் கொலைகள் இன்னும் எத்தனை இளவரசன்களை இழக்க நேரிடுமோ என்று பதட்டம் கொள்ள வைக்கிறது.

அச்சுறுத்தல்கள், வேலையை விட்டு நீக்கவேண்டும் என்று ஆதிக்க சாதியினர் நான் பணியாற்றிய நிறுவனத்தைக் கோரியது என்று அத்தனை அழுத்தங்களுக்கு மத்தியிலும் எழுதிய கட்டுரைகள் இவை. ஆனால் அவர்களின் கோரிக்கைகளுக்கும் அச்சுறுத்தல்களுக்கும் செவி சாய்க்காது, என் மீது நம்பிக்கை வைத்து என்னை தொடர்ந்து எழுத அனுமதித்த என் இதழாசிரியர்களுக்கு, குறிப்பாக இந்தியா டுடே ராஜீவ் பி.ஐ,

சதாசிவம் ஆகியோருக்கு நன்றி.

மத்தியில் இந்துத்துவ தீவிரவாதத்தைப் பரப்பியதன் மூலம் மட்டுமே ஆட்சியைப் பிடித்த பா.ஜ.க. ஆளும் இக்காலத்தில் தலித்துகளுக்கும் சிறுபான்மையினருக்கு குறிப்பாக இஸ்லாமியர்களுக்கும் ஏற்பட்டிருக்கும் நெருக்கடி அன்றாடம் செய்தி வடிவத்தில் நம்மை வந்தடைகிறது. நாமும் அவற்றைக் கடந்து போகிறோம்.. என்ன செய்யப் போகிறோம் என்கிற கேள்வி பெரிதாக நம் முன்.

ஊடகத்தில் எழுதும்போது பாதிக்கப்படும் தரப்பின் பக்கம் நின்றுதான் ஒரு பிரச்சனையைப் புரிந்துகொள்ள வேண்டும். என்னளவில், ஒடுக்கப்பட்டோர் பக்கம் நிற்பதே ஊடக அறம்.

18.05.2016 கவின் மலர்
சென்னை

நாற்காலிகளும் நடப்புகளும்: முன்னுரைக்குப் பதிலாக

திறந்தவெளிகளில் நடைபெறும் பொதுக்கூட்டங்களுக்கு வருபவர்களும்கூட உட்கார்ந்து பேச்சுகளைக் கேட்பதற்கு நாற்காலிகள் போடும் வழக்கத்தை 1980களில் தமிழ்நாட்டில் சென்னை, மதுரை, திருச்சி, கோவை போன்ற நகரங்களில் (பெரும்பாலும் சுரங்கப் பாதைகளில்) செயல்பட்டுக் கொண்டிருந்த எஸ்.யு.சி.ஐ. என்ற இடதுசாரிக் கட்சியினர்தான் முதன்முதலில் அறிமுகப்படுத்தினர். கூட்டத்துக்கு 30, 100 பேர் மட்டுமே வந்தாலும்கூட, பார்வைக்கு அது ஒரு பெரிய கூட்டம் போலத் தெரியும். எனக்குத் தெரிந்தவரை 1980கள் வரை பெரிய அரசியல் கட்சிகளின் மாநாடுகளிலும்கூட, தலைவர்களுக்கும் சொற்பொழிவாளர்களுக்கும் மட்டுமே மேடையும் அவர்கள் உட்காருவதற்கான நாற்காலிகளும் போடப்பட்டிருக்கும். மாநாட்டிற்கு வருகை தரும் பிரதி—நிதிகளும் பொதுமக்களும் தரையில்தான் உட்காருவார்கள். மேடையில் அமர்ந்திருக்கும் முக்கியத் தலைவர்களின் முகங்களைப் பார்ப்பதற்காகச் சிலர் முண்டியடித்துக் கொண்டு முன்னால் வருவார்களே தவிர, மற்றவர்களுக்கு சொற்பொழிவுகள்தாம் முக்கியமானதாக இருக்கும். இப்போது எல்லாக் கட்சிக் கூட்டங்களிலும் எல்லோரும் உட்காருவதற்கான நாற்காலிகள்! இந்த ஜனநாயகக் கலாசாரத்தை அறிமுகப்படுத்திவிட்டு, தமிழகத்திலிருந்து விடை பெற்றுச் சென்ற எஸ்.யூ.சி.ஐ.

தோழர்களுக்கு நன்றி !!

மாநாடுகளில் எல்லோருக்கும் நாற்காலிகள் போடப் படுவதாலும், சின்னத் திரைகளில் பிரமிப்பூட்டக்கூடிய வகையில் மாநாடுகளுக்கு வந்துள்ளவர்களின் கூட்டத்தைப் பிரம்மாண்டமானதாக ஊதிப்பெருக்கிக் காட்டக்கூடிய காமிரா உத்திகள் பயன்படுத்தப்படுவதாலும், மற்ற எல்லாக் கட்சித்தலைவர்களையும்போலவே மருத்துவர் ராமதாஸாலும் வண்டலூர் மாநாட்டுக்கு வந்திருந்தவர்களின் எண்ணிக் கையைத் 'துல்லியமாக'ச் சொல்ல முடிந்தது: *15 இலட்சம் பேர்! அப்படியானால் 15 இலட்சம் நாற்காலிகளை எங்கிருந்து கொண்டு வந்திருப்பார்கள்? 15 இலட்சம் பேருக்கும் வரிசை வரிசையாக நாற்காலிகள் போடப்பட்டிருந்தால், அந்த வரிசைகள் விழுப்புரம் வரை நீண்டிருக்குமே. அப்படியிருக்க ஒரே பந்தலுக்குள் இது எப்படி சாத்தியமாயிற்று? இந்த சாதாரணக் கேள்விகளுக்குக்கூடப் பதில் காணத் தெரியாத என்னிடம்தான் தமது கட்டுரைத் தொகுப்புக்கு முன்னுரை கேட்டிருக்கிறார் கவின்மலர்!*

எனினும், 'மக்கள் தொலைக்காட்சி' அன்று நேரலையாக ஒளிபரப்பிய மாநாட்டு நிகழ்ச்சிகளை ஏறத்தாழ ஒரு மணி நேரம் பொறுமையோடு பார்த்துக் கொண்டிருந்த எனக்கும் கூட சிறிதும் சந்தேகம் தராத ஒன்றை நான் பதிவு செய்தாக வேண்டும்: அந்த மாநாட்டில் மருத்துவர் அன்புமணி ராமதாஸ் ஆற்றிய சிறப்பான உரைதான் அது. அந்த மாநாட்டில் மற்றவர்கள் ஆற்றிய உரைகளை — குறிப்பாக, காடுவெட்டி குரு வழக்கமாக ஆற்றும் 'கருத்தாழமிக்க' உரையை — கேட்கமுடியவில்லை. அன்று 'அடக்கி வாசித்தார்' என்று மறுநாள் காலை செய்தி யேடுகளிடமிருந்து தெரிந்து கொண்டேன்.

பீட்டர் ஃப்ரூக்ஸின் 'மகாபாரதம்' நாடகத்துக்கான மேடையைவிட மூன்று நான்கு மடங்கு அதிகமான நீள, அகலம் கொண்ட மேடை. மிகுந்த அழகியல் உணர்வுடனும், நுண்ணுனர்வுடனும் செய்யப்பட்டிருந்த மேடையலங்காரம். அமெரிக்கக் குடியரசுத் தலைவர் பதவிக்குப் போட்டி போடும் வேட்பாளர்களைத் தெரிவு செய்வதற்கான மாநாடுகளிலோ, பிரெஞ்சு ஓபன் டென்னிஸ் போட்டிகள் நடக்கும் மைதானங்களிலோ வரிசையாக வைக்கப்பட்டிருப்பதைப் போன்ற மலர்க்கொத்துகள். மேடையில் அமர்ந்திருந்த

விவசாயக் குடும்பங்களில்(தங்கள் கட்சித் தலைவர்களை அப்படித்தான் வர்ணித்தார் அன்புமணி ராமதாஸ்!) முன்னாள் மத்திய அமைச்சர் மூர்த்தி மட்டுமே பேண்ட் அணிந்திருந்தார்.*White and White.* வன்னியர் சங்க இளைஞர்கள் கிட்டத்தட்ட அனைவரும் பேண்ட் அணிந்திருந்தனர் மஞ் சள் டீ—ஷர்ட்டுகளுடன். ஆனால், அவர்கள் மேடையில் அமர்ந்திருந்தவர்களல்லர். திமுக, அஇஅதிமுக மாநாடுகளில் காண முடியாத வகையில் கட்டுப்பாடோடு நடந்தது பா.ம.க. மாநாடு.

அன்றாட உடற்பயிற்சியில் அக்கறை செலுத்தும், கட்டுப் பாடான, ஒழுக்கமான வாழ்க்கை முறையைக் கடைப்பிடிக்கும் அன்புமணி ராமதாஸ் அணிந்திருந்த வெள்ளை சட்டையும் அதற்கு 'மேட்சாக' அமைந்திருந்த பேண்ட்டும், ஏறத்தாழ மராத்தான் ஓட்டப் பந்தய தூரத்துக்கு சமமான அளவுக்கு அவர் நடந்து கொண்டே இயர் ஜாக் மைக்கைக் கொண்டு பேசியதும் மட்டுமல்ல; தமிழகப் பொருளாதார நிலைமை, தி.மு.க., அ.இ.அ.தி,மு.க., ஆட்சிக்காலங்களில் நடந்த ஊழல்கள், மக்களின் பல்வேறு பிரிவினர்களைப் பாதிக்கும் பிரச்சினைகள், தொழிற்துறை, வேளாண்துறை, சேவைத் துறை முதலியவற்றின் நிலை, வேலையில்லாத் திண்டாட்டம் முதலின பற்றி அவர் புள்ளிவிவரங்களோடு பேசியதும், கருத்தரங்குகளில் உரையாற்றும் ஆய்வாளர்கள் 'பவர் பாயிண்ட்' உத்தியைப் பயன்படுத்துவது போல, தாம் கூறுவனவற்றை விளக்குவதற்கு அவ்வப்போது எல்.இ.டி. திரையைப் பயன்படுத்திக் கொண்டதும், ஆட்சி நிர்வாகத்துக்குத் தேவையான அனைத்து விவரங்களையும் அவர் தமது விரல் நுனிகளில் வைத்திருந்ததும், எல்லா வற்றுக்கும் மேலாக, தாம் முதலமைச்சராக ஆனால், 'அன்புமணி ராமதாஸ்' என்றே அழைக்கப்பட வேண்டும் என்று கூறியதும், இந்த நவீனத்துவ (அல்லது பின்நவீனத்துவ) சூழலுக்கேற்ற ஒரு நல்ல பூர்ஷ்வா தலைவர் ('பூர்ஷ்வா' என்பதை அதன் பொருளாதார அர்த்தத்தில் அல்ல, ஒரு விரிவான பண்பாட்டு அர்த்தத்தில், நல்ல அர்த்தத்தில்தான் பயன்படுத்துகிறேன்) கிடைத்துள்ளார் என்னும் மனப்பதிவை எனக்கும் அந்த நேரலையைப் பார்க்குமாறு தூண்டிய எனது துணைவியாருக்கும் ஏற்படுத்தின.

இந்த மனப்பதிவை, தமிழகத்தில் கள ஆராய்ச்சிகளைச்

செய்து கொண்டிருக்கும் ஒரு பொருளாதார அறிஞர் கூறிய செய்திகளுடனும் கவின்மலர் இந்தக் கட்டுரைத் தொகுப்பில் பல இடங்களில் பா.ம.க.வின் செயல்பாடுகள் பற்றிப் பதிவு செய்துள்ள விவரங்களுடனும் ஒப்பிட்டுப் பார்த்தேன். மேற்சொன்ன பொருளாதார அறிஞர் (அவர் தலித்துகள் மீது மட்டுமல்ல, பொருளாதாரரீதியாக பெரிதும் தலித்துகளின் நிலையிலேயே உள்ள வன்னிய வெகுமக்கள் மீதும் கரிசனம் கொண்டவர்) காஞ்சிபுரம் மாவட்டத்திலுள்ள கூரம் என்னும் சிற்றூரில் கண்டறிந்த செய்திகள்: இங்குள்ள பெரும்பான்மையான மக்கள் சிறு, குறு விவசாயிகள்; இவர்களிற் பெரும்பான்மையினர் வன்னியர்கள். தலித்துகளின் எண்ணிக்கையும் கணிசமானது. இவர்களில் பெரும்பாலோர் விவசாயத் தொழிலாளர்கள். ஒரு சிலருக்கு சிறு சிலவுடைமையும் உள்ளது. இங்குள்ள வன்னிய சாதி இளைஞர்கள், தங்களுக்கு அரசாங்க வேலை வாய்ப்புப் போதுமான அளவில் கிடைக்காமலிருப்பதற்குக் காரணம் தலித்துகள்தாம், அவர்கள்தாம் இட ஒதுக்கீட்டின் காரணமாக வேலைவாய்ப்புகளைப் பறித்துக் கொள் கிறார்கள் என்று கூறுகிறார்கள். கல்வி, வேலை வாய்ப்பு ஆகியவற்றைப் பொருத்தவரை, அட்டவணை சாதியினர் மற்றும் பழங்குடியினர், பிற்பட்ட சாதியினர், மிகவும் பிற்பட்ட சாதியினர் ஆகியோருக்குத் தனித் தனி ‘கோட்டா’ வழங்கப்பட்டுள்ளது என்பதையும், இவையல்லாத ‘ஓபன் கோட்டா’வில் தலித்துகள் பெற்றுள்ள இடங்களின் விகிதம் மிகவும் குறைவாகவே உள்ளது என்பதையும் எவ்வளவோ எடுத்துக் கூறியும் வன்னிய இளைஞர்கள் அதை ஒப்புக் கொள்ளத் தயாராக இல்லை. இந்தியாவில் உயர் கல்வி பெறுகிறவர்களின் எண்ணிக்கையைப் பொருத்தவரை டெல்லிக்கு அடுத்தபடியாக தமிழ்நாடு இரண்டாவது இடம் வகிக்கின்றது. தமிழ்நாட்டின் கிழக்கு மாவட்டங்களை எடுத்துக் கொண்டால், அங்கு தனியார் கல்வி நிறுவனங்களில் படித்துப் பட்டம் பெற்ற நூற்றுக்கணக்கான இளைஞர்கள் வேலைவாய்ப்பின்றித் தவிக்கின்றனர். சென்னை, கோவை, திருப்பூர் போன்ற தொழில்நகரங்களில் தற்காலிகமான வேலை வாய்ப்பு — முதன்மையாக பழகு ஊழியர்கள் *(apprentices)* — என்ற வகையில்தான் — கிடைக்கின்றது. பிறகு அவர்கள் மீண்டும் தங்கள் ஊர்களுக்குத் திரும்பி வந்து, வேறு வேலைகளுக்கு முயற்சி செய்து கொண்டிருக்கிறார்கள்.

கல்லூரிப் படிப்பு படிக்காத இளைஞர்கள் பலர் ரூ 50000/-- வரை செலவளித்து மலேசியாவுக்குச் சென்று செம்பனைத் தோட்டத்தில் (பாம் ஆயில் தயாரிக்கும் தோட்டம்) உடல் உழைப்பாளிகளாக வேலை செய்கிறார்கள். இன்னும் சிலர் சற்றுக் கூடுதலான செலவு செய்து சிங்கப்பூர், துபாய் போன்ற இடங்களுக்குச் சென்று அவதிப்படுகிறார்கள். மேற்சொன்ன மூன்று தொழில்நகரங்களைத் தவிர (வேண்டுமானல், கரூரையும் இதில் சேர்த்துக் கொள்ளலாம்) வேறு எங்கும் வேலை வாய்ப்புகள் இல்லை. உணவு விடுதிகள், செக்யூரிட்டி கார்டுகள், சாலை, கட்டடப் பணி, செங்கள் சூளை, கோழிப்பண்ணை போன்றவற்றில் வெளிமாநிலத் தொழிலாளிகள்தாம் அதிகமாக இருக்கிறார்கள். பள்ளி, கல்லூரிப் படிப்பை முடிக்காமல் நின்றுவிடுபவர்களில் தலித்துகளின் விகிதம்தான் அதிகம் — என்று பல விவரங்களை அடுக்கிக் கொண்டே போனாலும், கூரம் வன்னிய இளைஞர்களோ, 'இல்லை இல்லை, காலனிப் பையன்கள்தாம் எல்லா வேலைகளையும் அபகரித்துக் கொள்கிறார்கள்' என்று திரும்பத் திரும்பக் கூறுகின்றனர். அதுமட்டுமல்ல, தொடக்கப்பள்ளியிலும்கூட வன்னியச் சிறுவர்களோ சிறுமிகளோ தலித் சிறுவர்கள், சிறுமிகளோடு பழகக்கூடாது, நட்பு வைத்துக் கொள்ளக்கூடாது என்ற நியதியை இந்த வன்னிய இளைஞர்கள் உருவாக்கியிருக் கிறார்கள். தலித்துகள் மீதான இத்தகைய வன்மம் 50, 60 வயதைத் தாண்டிய வன்னியர்களிடம் இருப்பதில்லை. 'அந்தக் காலத்தில் வன்னியர்களுக்கும் தலித்துகளுக்கும் எப்போதாவதுதான் மோதல் வரும், இரு சாதிகளுக்கிடையே எப்போதாவது கலப்பு மணம் நடக்கும். ஆனால், அதை அப்போது நாங்கள் பெரிதாக எடுத்துக் கொள்ள மாட்டோம். இப்போது எங்கள் இளைஞர்களை எங்களால்கூட கட்டுப் படுத்த முடிவதில்லை' என்கிறார்கள் அவர்கள். அந்த அளவுக்கு வன்னிய இளைஞர்களிடம் மூளைச் சலவையைத் திட்டமிட்டுச் செய்திருக்கிறது பா.ம.க.

தமிழ்நாட்டின் பொருளாதார வளர்ச்சி பாதிக்கப்பட்டதற் கான காரணங்களைத் தமது உள்ளங்கையில் வைத்திருக்கும் அன்புமணி ராமதாஸ், தமிழ்நாட்டில் வேலைவாய்ப்பு மையங்களில் பதிவு செய்துள்ளவர்களின் எண்ணிக்கை 82 இலட்சம் என்பதையும் அதற்கான காரணங்களையும் விளக்கும் ஆற்றலுள்ள அன்புமணி ராமதாஸ், வன்னிய

இளைஞர்கள் பொருளாதார, கல்வி, வேலைவாய்ப்பு ஆகிய வற்றில் பின்தங்கியுள்ளதற்கு தலித்துகள்தாம் காரணம் என்றும், தலித் இளைஞர்கள் டெனிம் பேண்ட்டும் கூலிங் கிளாசும் அணிந்து கொண்டு வன்னிய சாதிப் பெண்களைக் கவர்ந்து கொண்டு செல்கிறார்கள் என்றும் திட்டமிட்டுப் பிரச்சாரம் செய்து, தலித்துகள் மீது நடத்தப்பட்ட வன்முறைத் தாக்குதல்கள், கௌரவக் கொலைகள் ஆகியவற்றை நேரடியாகவும் மறைமுகமாகவும் ஊக்குவித்துள்ள தமது தந்தை மருத்துவர் ராமதாஸ், காடுவெட்டி குரு ஆகியோரின் சிந்தனையை தமக்குள்ள அறிவாற்றலோடு இணைத்துக் கொள்வாரேயானால், எப்படி அவரால் தமிழகத்தில் ‘மாற்றம்’, ‘முன்னேற்றம்’ ஆகியவற்றைக் கொண்டுவர முடியும்?

சமூக வலைத்தளங்களில் சில சாதி வெறியூட்டும் சமூக விரோத வலைத்தளங்களாக உள்ளன என்பதை விளக்கும் கவின்மலரின் கட்டுரையொன்றில் எழுத்தாளர் மனுஷ்ய புத்திரனின் கருத்தும் காணப்படுகின்றது: “தமிழ்நாட்டைப் பொருத்தவரை வேலை பார்க்கும் இடத்தில் அல்லது வேறு ஒரு பொது வெளியில் சாதிப் பெயரைச் சொல்லி ஒருவரை திட்டிவிட்டுப் போய்விட முடியுமா? அப்படிச் செய்தால் பலருக்குப் பதில் சொல்லியாக வேண்டும்”. ஆனால், எவருக்கும் பதில் சொல்லியாக வேண்டியதில்லை என்ற மனப்பான்மையுடன்தான் மருத்துவர் ராமதாஸும் அவரது கட்சியிலுள்ள முக்கிய தலைவர்களும் பேசியும் செயல்பட்டும் வந்திருக்கிறார்கள் என்பதைத்தான் கவின்மலரின் பல கட்டுரைகள் பதிவு செய்துள்ளன.

வாக்கு வங்கி அரசியலுக்காக தலித்துகள் மீது இழைக்கப் படும் வன்முறைகளையும் அநீதிகளையும் பற்றி திமுக, அஇதிமுக, மதிமுக (தேதிமுக, காங்கிரஸ் ஆகியவற்றை ஏன் விட்டுவிட்டார் என்று தெரியவில்லை) ஆகியனவும்கூட வாய் திறப்பதில்லை என்பதையும், பல்நோக்கு மருத்துவ மனையில் இட ஒதுக்கீட்டு முறையை மறுத்த ஜெயலலிதா அரசாங்கத்தின் ‘சமூக அநீதி’ மனப்பான்மையை திமுக அரசாங்கமும் (தலித்துகளின் நலன்களுக்கும் மேம்பாட்டுக்கும் ஒதுக்கப்பட்ட நிதிகளை, மடைமாற்றம் செய்ததன் மூலம்) வெளிப்படுத்தியிருக்கிறது என்பதையும் கவின்மலர் எடுத்துக் காட்டுகிறார்.

எனினும், தமது கூர்மையான விமர்சனத்துக்கான முதன்மையான குறியிலக்காக அவர் கொள்வது பா.ம.க.தான் என்றால், அதற்கான நியாயங்களை அவரது கட்டுரைகள் கொண்டிருக்கின்றன. வன்கொடுமைச் சட்டத்திற்கான எதிர்ப்பு, சாதி மறுப்புத் திருமணங்களுக்கான எதிர்ப்பு என்னும் வடிவங்களில் தலித் எதிர்ப்பு என்பதை ஏறத்தாழக் கால் நூற்றாண்டுக்காலமாக ஒரு செயல்திட்டமாக வேறு எந்த சாதியக் கட்சியைக் காட்டிலும் இந்த அளவுக்கு வெளிப்படையாகப் பேசவும் நடைமுறைபடுத்தவும் செய்கின்ற தலைவர்களைக் கொண்ட கட்சி பா.ம.க.தான் என்று கவின்மலரின் கட்டுரைகள் சொல்கின்றன. மரக்காணம் கலவரம், திவ்யா—இளவரசன் திருமணம் ஆகியவற்றைப் பொருத்தவரை, அன்புமணி ராமதாஸ் கூறிய கருத்துகள் மருத்துவர் ராமதாஸ், காடுவெட்டி குரு ஆகியோரின் கூற்றுகளிலிருந்து சற்று வித்தியாசமானவையாகத் தோன்றுகின்றன. அவரது மாநாட்டு உரையில் முதல் ஐந்து நிமிடப் பகுதியை நான் கேட்கவில்லை. தமிழகத்தின் வளர்ச்சி பற்றிப் பேசுகையில், தலித்துகளின் முன்னேற்றம், தலித்துகளுக்கு ஒதுக்கப்படும் நிதி முழுவதும் தலித்துகளுக்கு மட்டுமே பயன்படுத்தப்படும் என்பன பற்றி அவர் ஏதும் கூறியதாகத் தெரியவில்லை. கல்வியைப் பற்றிப் பேசினார். தனியார் கல்வி நிறுவனங்களில் இருப்பதைப் போன்ற அல்லது சிபிஎஸ்சிக்கு இணையான தரமான கல்வி எல்லோருக்கும் இலவசமாக வழங்கப்படும் என்று கூறினார். இந்த சிபிஎஸ்சி பாடத்திட்டத்தில் மாணவர்களுக்கு சமூக உணர்வு, ஜனநாயக உணர்வு, விமர்சனரீதியான சிந்தனை உணர்வு ஆகியனவற்றை உருவாக்கும் அம்சங்கள் இருக்கின்றனவா? ஒரு நீதியான, ஜனநாய சமுதாயத்தை உருவாக்க உதவும் வகையில் பாடத்திட்டம் அமைந்திருக்கின்றதா? 'உன்னத சமுதாய'த்தை உருவாக்க விரும்புவதாக அன்புமணி ராமதாஸ் கூறுகிறார். அம்பேத்கர் கூறினார்: "உன்னத சமுதாயம் என்பது இயக்கத்தன்மை கொண்டதாக இருக்க வேண்டும். சமூகத்தின் ஒரு பகுதியில் ஏற்படும் மாற்றங்களை மற்ற பகுதிகளுக்குப் பரப்புவதற்கான வழிவகைகள் கொண்டதாக இருக்க வேண்டும். அந்த சமுதாயத்தில் பலவகைப்பட்ட கருத்துகளும் திட்டமிட்டுப் பகிர்ந்து கொள்ளப்படுவதற்கும் பரப்பப்படுவதற்கும் இடம் இருக்க வேண்டும். மற்ற அமைப்புகளோடு தொடர்பு கொள்வதற்கான பல வகைப்

பட்ட சுதந்திரமான வழிவகைகள் இருக்க வேண்டும். அதற்குப் பெயர்தான் சகோரத்துவம். சகோரத்துவம் என்பது ஜனநாயகத்தின் மற்றொரு பெயர்தான். ஜனநாயகம் என்பது ஓர் அரசாங்க வடிவம் மட்டுமல்ல. முக்கியமாக அது ஒரு கூட்டு வாழ்க்கை முறை. வழிவழியாகக் கொடுக்கப்பட்ட அனுபவங்களின் தொகுப்பு அது. சாரத்தில் அது சக மனிதர் களுக்கு மதிப்பும் மரியாதையும் செய்யும் மனப்பாங்கே”.

நாளை தமிழக முதலமைச்சராகப் பதவி ஏற்கும்போது, அரசமைப்புச் சட்டத்தின்படி ஒழுகுவதாக உறுதி மொழி கூறும் போது, அரசமைப்புச் சட்டத்தின் சிற்பி என்று பரவலாகச் சொல்லப்படும் அம்பேத்கரின் மேற்சொன்ன கருத்தை அன்புமணி ராமதாஸ் நினைவுபடுத்திக் கொள்வாராக!

தலித்துகளுக்கு இழைக்கப்படும் அநீதிகளுக்குக் காவல் துறை மட்டுமின்றி, நீதித் துறையும்கூட துணை போவதை கவின்மலர் எடுத்துக்காட்டுகிறார். இளவரசனின் அழகிய வதனம், வாடி வதங்கி, கடைசியில் மண்ணோடு மண்ணாகிப் போனதற்கு நீதித்துறையும் பொறுப்பல்லவா? அஃப்சல் குருவுக்கு வழங்கப்பட்ட தீர்ப்புக்கும் இதற்கும் என்ன வேறுபாடு?

கவின்மலர் ஓரிரு கட்டுரைகளில் தலித் சாதிகளிடையே உள்ள ஏற்றத்தாழ்வுகள், தீண்டாமை, கௌரவக் கொலை நிகழ்வுகள் ஆகியவற்றைச் சுட்டிக் காட்டுகிறார். இது குறித்து ஒரு முறை பேசுகையில் அம்பேத்கர் கூறினார்: ‘இது சாதி இந்துக்கள் தீண்டப்படாதார் மீது திணித்த கலாச்சாரம். எனினும், இதை ஒழித்துக்கட்டுவதை நாமே முன்நின்று நடத்தி மற்றவர்களுக்கான சிறந்த எடுத்துக்காட்டாக அமைய வேண்டும்’. தலித் இயக்கங்கள் கருத்தில் கொள்ள வேண்டிய அறிவுரை.

கூட்டு வன்புணர்ச்சிக்கு உட்பட்ட சின்னஞ்சிறு சிறுமி மீதும் அவளது குடும்பத்தின் மீதும் அன்பும் பரிவும் காட்டாமல், அவர்களை சமூகப் புறக்கணிப்பு செய்யும் மக்களைப் பற்றிய கட்டுரை, அறவியல் சார்ந்த சமூக விழிப்புணர்வு அறவே இல்லாத நிலையைச் சுட்டிக் காட்டுகிறது. பாபர் மசூதி தொடர்பான இரு கட்டுரைகளும், மியான்மாரில் ரோஹியங்கா முஸ்லிம்கள் மீது நடத்தப்பட்ட இனக்கொலை பற்றிய ஒரு கட்டுரையும் இந்தத் தொகுப்பில் உள்ளன.

புலனாய்வு இதழியம், ஊடகவியம் என்பது, குறிப்பிட்ட நிகழ்வுகளின் அடுத்த கட்ட வளர்ச்சிகளையும் தொடர்ந்து கண்காணிக்கக் கூடியதாகவும் இருக்க வேண்டும். இதற்கு நல்ல எடுத்துக்காட்டாக இருப்பது ஆனந்த் பட்வர்தனின் ஆவணப் படங்கள் — குறிப்பாக 'ஜெய் பீம் காம்ரேட்'. ஏறத்தாழ கால் நூற்றாண்டுக்காலப் போராட்டத்துக்குப் பின்னர்தான் வாச்சாத்தி வழக்கில் தீர்ப்பு சொல்லப்பட்டது. தண்டிக்கப்பட்டவர்கள் மேல்முறையீடு செய்துள்ளனர். அந்த மேல்முறையீட்டு வழக்கு எந்தக் கட்டத்தில் உள்ளது? அதேபோல, வன்கொடுமைக்கு, கௌரவக் கொலைக்கு ஆளான தலித் குடும்பங்கள் தொடுத்த வழக்குகளின் இன்றைய நிலை என்ன? அவை எந்தக் கட்டத்தில் உள்ளன? இவை முக்கியமான விஷயங்கள். ஏனெனில், தலித்துகளுக்குக் கிடைக்கும் சிறு அளவு நீதி கூட அவர்களை உற்சாகப்படுத்தும்; எந்த நீதியும் கிடைக்கவில்லை என்று வைத்துக் கொண்டாலும், அது நமது சமூக அமைப்பு, நீதி முறை, காவல் துறையின் செயல்பாடுகள் முதலியவற்றை இன்னும் ஆழமாகப் புரிந்து கொள்ளவும் தலித் அல்லாத மக்களிடையே உள்ள தோழமைச் சக்திகளை அடையாளம் கண்டு கொள்வதற்கான முயற்சி செய்யவும், புதிய போராட்ட உத்திகள் வகுக்கவும் உதவும்.

எல்லாவற்றையும்விட முக்கியமான விஷயம், சாதியத்தின் பொருண்மை அடிப்படை என்ன? அந்தப் பொருண்மை அடிப்படை எவ்வாறு நம் சமூகம் அனைத்தையும் ஒட்டு மொத்தமாகப் பாதிக்கின்றது என்பதில் நமது ஆய்வுகளைச் செலுத்துவது முக்கியம். சாதியம், தலித்துகளை ஒடுக்குவதோடு மட்டும் நின்று கொள்வதில்லை. ஒடுக்கப்படுபவர்கள் தங்களை 'மனிதர்கள்' என்ற கௌரவத்துக்கு உரியவர்கள் என்று சொல்லிக்கொள்வதற்கான உரிமையற்றவர்களாகவும் செய்கிறது.

கவின்மலர் இந்த விஷயத்திலும் இனி கவனம் செலுத்துவார் என நம்பலாம்.

- எஸ்.வி.ராஜதுரை
கோத்தகிரி

சாதி

தலித் மக்களுக்கு அநீதி இழைக்கப்படுகிறதா?

தேர்தல் நெருக்கத்தில் அரசியல் களம் சூடுபிடித்திருக்கும் இந்த வேளையில் புதிதாய் எழுந்துள்ள ஒரு சர்ச்சை கவனத்திற்குள்ளாகி இருக்கிறது. தலித் மக்களின் திட்டங்களுக்கான நிதியை வேறு திட்டங்களுக்கு தமிழ்நாடு அரசு திருப்பிவிட்டது என்கிற குற்றச்சாட்டு எழுந்துள்ளது.

தமிழ்நாடு தீண்டாமை ஒழிப்பு முன்னணி கடந்த அக்டோபர் நவம்பர் மாதங்களில் சென்னை நகரில் தாழ்த்தப்பட்டோர் மற்றும் பழங்குடியினர் வாழும் 31 பகுதிகளில் கள ஆய்வு நடத் தியது. "சென்னை நகரின் விரிவாக்கங்கள் எந்த வகையிலும் தலித் மக்களை எட்டவில்லை. தமிழகத்தில் மொத்த மக்கள் தொகையில் 19 சதவீதம் தலித் மக்கள். ஆனால், சென்னையில் தலித் மக்களின் எண்ணிக்கை ஒவ்வொரு மக்கள்தொகை கணக் கெடுப்பிலும் குறைந்துகொண்டேயிருக்கிறது. சென்னை நகரின் உள்கட்டமைப்பு பணிகளுக்காக சென்னையிலிருந்து தலித் மக்கள் வெளியேற்றப்படுவதைத்தான் இப்புள்ளிவிவரங்கள் காட்டுகின்றன. கூவம், பக்கிங்ஹாம் கால்வாய், அடையாறு போன்றவற்றின் கரைகளில்தான் பெரும்பாலான தலித் மக்கள் வசிக்கிறார்கள். இவர்களுக்கென்று குடிநீர், கழிப்பறை, சாக்கடை போன்ற அடிப்படை வசதிகள் கிடையாது. தலித் மக்களுக்கென்று கடந்த 38 ஆண்டுகளில் 72000 வீடுகள் மட்டுமே தமிழ்நாடு

குடிசை மாற்று வாரியத்தால் கட்டித் தரப்பட்டுள்ளன. 2003ல் "குடிசையில்லா சென்னை" என்கிற இலக்கை தமிழ்நாடு அரசு அறிவித்தது. ஆனால் தலித் மக்களுக்கு வீடுகள் கட்டித்தராமல் அவர்களை மாநகர எல்லையிலிருந்து வெளியேற்றுவதே நோக்கமாக இருக்கிறது. இவர்களுக்கான சிறப்பு உட்கூறு திட்டத்தில் ரூ.3,821 கோடி நிதி செலவிடப்பட்டதாக முதலமைச்சர் கூறுகிறார். அந்த நிதியிலிருந்து இவர்களது வீடுகள் ஏன் புதுப்பிக்கப்படவில்லை? அந்த நிதி வேறு திட்டங்களுக்கு திருப்பி விடப்பட்டுள்ளதையே இது காட்டுகிறது" என்று தமிழ்நாடு தீண்டாமை ஒழிப்பு முன்னணி குற்றம்சாட்டுகிறது.

தமிழ்நாடு அரசின் நிதிநிலை அறிக்கையின்படி ஒவ்வொரு நூறு ரூபாயிலும் 19 ரூபாய் தலித் மக்களுக்கென செலவிடப்படுவதாக கணக்கிருக்கிறது. இதுவும் கூட 31 ஆண்டு கால தலித் மக்களின் போராட்டத்திற்குப் பிறகே சாத்தியமானது. ஆனால் நடைமுறையில் இவை இல்லை.

நிதிநிலை அறிக்கையில் ஒதுக்கப்படும் நிதி தலித் மக்களுக்குச் சென்று சேர்வதை உத்தரவாதம் செய்யும் வகையில் 1979ல் ஆறாவது ஐந்தாண்டுத் திட்டத்தில் மத்திய அரசின் சிறப்புக்கூறு திட்டம் (ஸ்பெஷல் காம்பொனண்ட் ப்ளான்) உருவாக்கப்பட்டது. பின்னர் 11வது ஐந்தாண்டுத் திட்டத்தில் இதன் பெயர் ஷெடியூல்டு சாதியினருக்கான சப்—பிளான் *(Scheduled Caste Sub-plan)* என்று மாற்றப்பட்டது. இத்திட்டம் உருவாக்கப்பட்டதன் அடிப்படை நோக்கமே, ஒரு நூறு பேர் கொண்ட கிராமத்தில் இருபது தலித் மக்கள் இருந்தால் அக்கிராமத்திற்கு செலவிடப்படும் தொகையில் ஒவ்வொரு நூறு ரூபாயிலும் இருபது ரூபாய் தலித் மக்களுக்குச் சென்று சேரவேண்டும் என்பதை உத்தரவாதப்படுத்துவதே. ஆகவே தமிழ்நாட்டில் 19% சதவிகித தலித் மக்கள் இருப்பதால் செலவு செய்யப்படும் ஒவ்வொரு நூறு ரூபாயிலும் பத்தொன்பது ரூபாய் தலித் மக்களுக்குச் சென்று சேர வேண்டும்.

மத்திய அரசில் 55 செக்டார்களும், 105 துறைகளும் உள்ளன. அதுபோலவே தமிழ்நாடு அரசின்கீழ் 18 செக்டார்களும், 48 துறைகளும் உள்ளன. ஒட்டுமொத்த நிதிநிலை அறிக்கையில் மத்திய மனித வள மேம்பாடு, மின்சாரம், போக்குவரத்து, பெட்ரோலியம், கிராமப்புற மேம்பாடு போன்ற துறைகள் பாதிக்கும் மேற்பட்ட நிதியை எடுத்துக்கொள்கின்றன. எடுத்துக் காட்டாக, 2010—11 பட்ஜெட்டின் மொத்தத் தொகை 5.25

லட்சம் கோடி ரூபாய் இதில் 2.75 லட்சம் கோடி ரூபாயை மேற்சொன்ன துறைகளே எடுத்துக்கொண்டன.

தமிழ்நாட்டிலும் மின்சாரம், குடிநீர், வீட்டுவசதி மற்றும் நகர்ப்புற வளர்ச்சித்துறை, சமூக நலத்துறை ஆகிய ஐந்து அமைச் சகங்களே ஐம்பது சதவிகித நிதியைப் பெறுகின்றன. இருப தாயிரம் கோடி ரூபாய் தமிழக பட்ஜெட்டில் 11000 கோடி ரூபாயை இத்துறைகளே எடுத்துக்கொண்டன. மத்தியிலும், தமிழ்நாட்டிலும் இந்தத் துறைகளே தலித் மக்கள் வாழும் பகுதிகளுக்கான வளர்ச்சித்திட்டங்களுக்குப் பொறுப்பேற்பவை. தலித் மக்களுக்கென பிரத்யேகமாக ஒதுக்கப்படும் தொகை *(divisible expenditure)*, பொது நிதியிலிருந்தும் பயன் பெறும் தலித் மக்களுக்கான தொகை *(Indivisible expenditure)* என்று தொகையை இரண்டுவிதமாகப் பிரிக்கலாம்.

தமிழ்நாட்டிலுள்ள ஆதிதிராவிடர் நலத்துறையே தலித் மக்களுக்கான நலத்திட்டங்களை செயல்படுத்தும் பொறுப் பிலிருக்கிறது. ஆகவே மற்ற துறைகள் எடுத்துக்கொள்ளும் நிதி தலித் மக்கள் பகுதிகளுக்கும் சென்று சேர்கிறதா என்பதை கண் காணிக்கும் பொறுப்பு இத்துறைக்கு உண்டு. ஆனால் அப்படிப் பட்ட கண்காணிப்பு எதுவும் நடைபெறுவதில்லை.

கலைஞர் காப்பீட்டுத் திட்டம், கலைஞர் வீட்டு வசதித்திட்டம் ஆகியவை பொது நிதியிலிருந்துதான் நடைமுறைப்படுத்தப் படுகின்றன. இதுபோன்ற பொதுநிதியிலிருந்து செயல்படுத்தப் படும் திட்டங்களையெல்லம் தலித் மக்களுக்கான நிதியான ஷெடியூல்டு சாதியினருக்கான சப்—பிளானின் கீழ் வருவதாகக் காட்டப்படவிருக்கின்றன. ஆனால் இந்தத் திட்டத்தால் பயன் பெறுவது தலித் மக்கள் மட்டுமல்ல. எனவே தலித் மக்களுக் கான நிதியை மற்றவர் பயன்படுத்த அனுமதிப்பது சரியல்ல. விதவை பென்ஷன், வேலையற்றோருக்கான உதவித் தொகை, மாற்றுத்திறனாளிகளுக்கான உதவித்தொகை, மூவலூர் ராமா மிர்தம் அம்மாள் திருமண உதவித்திட்டம் போன்றவையும் ஷெடியூல்டு சாதியினருக்கான சப்—பிளானின் கீழ் கணக்கு காட்டப்படுகின்றது. இத்திட்டங்களின் கீழ் பயன்பெறுபவர் அனைவரும் தலித் மக்கள் அல்ல. தலித் அல்லாதோரும் இத் திட்டங்களினால் பயன்பெறும்போது இப்படி செய்வது சரியா என்பதே இப்போது எழுந்துள்ள கேள்வி.

தமிழக அரசின் ஆதிதிராவிட நலத்துறை அமைச்சர் தமிழரசியோ "மற்ற அரசாங்கங்களை விட தி.மு.க. அரசு தலித் மக்களின் முன்னேற்றத்தில் அக்கறை செலுத்துகிறது. அவர்களுடைய நிதி வேறெதற்கும் பயன்படுத்தப்படவில்லை" என்று நாளிதழ்களுக்கு பேட்டியளித்திருக்கிறார்.

கரகாட்டக்காரன் படத்தில் வரும் வாழைப்பழ காமெடி போல, தலித் மக்களுக்கான திட்டங்கள் எங்கே என்று கேட்டாலும் இவைதான் என்றும், பொதுத்திட்டங்களும் இவை தானென்றும் தமிழ்நாடு அரசு சொல்கிறது.

தீண்டாமை ஒழிப்பு முன்னணியின் அமைப்பாளர் பி. சம்பத் தலித்துகளுக்கான நிதியை பயன்படுத்த அரசுக்கு சில ஆலோசனைகளை சொல்கிறார்:

"அரசு கட்டிக்கொடுத்த ஆதிதிராவிடர் குடியிருப்புகளெல்லாம் மிக மிகப் பழசாகி எப்போது இடிந்து விழுமோ என்ற நிலையில் இருக்கின்றன. இவற்றையெல்லாம் அரசு பழுது பார்க்கலாம். அல்லது புது வீடுகள் கட்டிக்கொடுக்கலாம். புதுச்சேரியில் தலித் மாணவர்களின் மேற்படிப்பிற்கான செலவுகளை அம்மாநில அரசே ஏற்றுக்கொள்கிறது. அத்திட்டத்தை இங்கும் நடைமுறைப் படுத்தலாம். இதன்மூலம் முதல் தலைமுறை மாணவர்களுக்கு பயன்பெறும் விதத்தில் அத்தொகையை செலவு செய்யலாம்.

ஆதிதிராவிட மாணவர்களுக்கான விடுதிகள் எல்லாம் மிக மோசமான நிலையில் இருக்கின்றன. சென்னையில் உள்ள எம்.சி.ராஜா விடுதிக்குச் சென்று பார்த்தபோது அங்கு கண்ட காட்சிகள் மிகக்கொடுமையானதாக இருந்தன. ஒரு அரசு மருத்துவமனையின் பிணக்கிடங்கு போலிருக்கிறது. இதை நான் மிகையாகச் சொல்லவில்லை. யார் வேண்டுமானாலும் போய்ப் பார்த்துத் தெரிந்துகொள்ளலாம். மாணவர்களுக்கு குளியலறை கூட இல்லை. வெளியே பொது இடத்தில் ஆளுக்கொரு புறத்தில் நின்று குளிக்கிறார்கள். 8 பேர் மட்டுமே தங்க முடிந்த அறையில் பதினெட்டு பேர் இருபது பேர் என்று தங்குகிறார்கள். இங்கு அடிப்படை வசதிகளை எல்லாம் உருவாக்கலாம்.

தலித் குடியிருப்புகளுக்கு வேண்டிய சாக்கடைக் குழாய்கள் அமைத்தல், சாலைகள் அமைத்தல் என்று அடிப்படை வசதிகளை அமைக்கலாம். தலித் பகுதிகளில் இரவு பாடசாலைகள் அமைக்கலாம்.

மலம் அள்ளும் தொழிலில் இன்னும் மனிதர்கள் ஈடுபட்டுக் கொண்டுதானே இருக்கிறார்கள். ஒரு தொண்டு நிறுவனம் அளித்துள்ள புள்ளிவிவரத்தின்படி ஐம்பதாயிரம் பேர் தமிழ் நாட்டில் இன்னும் இந்தப் பணியைச் செய்கின்றனர். ரயில்வே டிராக்குகளில், பொதுக்கழிப்பிடங்களில், நிறைய மக்கள் கூடும் ஊர்த்திருவிழாக்களில் என்று எத்தனையோ இடங்களில் மனித மலத்தை மனிதனே அள்ளும் அவலம் தொடர்கிறது. இதனை ஒழிப்பதற்கு திட்டங்கள் தீட்டலாம். அவர்களுக்கு மாற்றுப்பணி வழங்கலாம். கைரிக்ஷா ஒழிக்கப்பட்டது போல இதையும் ஒழிக் கலாம்.

அரசு வேலையில் துப்புரவு பணியாளர்களாக தலித்தல்லா தவர்களும் நியமிக்கப்படுகிறார்கள். ஆனால் அவர்கள் யாரும் இந்த வேலை செய்வதில்லை. அதிகாரிகளும் இவர்களுக்கு ஆபீஸ் அட்டெண்டர், எலக்ட்ரிஷியன், ஓட்டுனர் என்று அவர்களுக்குத் தெரிந்த வேறு வேலைகளுக்கு பயன்படுத்திக்கொள்கிறார்கள். அவுட் சோர்ஸிங் செய்வது போல இவர்களிடத்தில் ஒரு தலித்தை அழைத்து வந்து கொஞ்சம் பணம் கொடுத்து துப்புரவு பணியை செய்ய வைத்து ஊதியத்தை மட்டும் இவர்கள் பெற்றுக்கொள்கின்றனர். இப்படியான அநியாயங்களை களைய நடவடிக்கை எடுக்கலாம்" என்றார் பி.சம்பத்.

சமூக சமத்துவ மக்கள் படையின் நிறுவன தலைவர் சிவகாமி யிடம் பேசியபோது

"அரசு 3800 கோடி ரூபாய் தலித் மக்களுக்கென்று செலவிட்டி ருப்பதாகக் கூறுகிறது. ஆனால் எந்தெந்த வகையில் அவற்றை செலவு செய்தது என்கிற விவரம் தெரிவிக்கப்படவில்லை. மின்சார இணைப்புகள், சாலைகள் அமைப்பது போன்ற உள்கட்டுமானப் பணிகள் தலித் மக்களின் நலனையும் உள்ளிட்டவைதான் என்றால் மின்சாரத்தை பயன்படுத்தும்படியான வீடுகள் முதலில் தலித்து களுக்கு இருக்கிறதா என்பது ஒரு கேள்வி. அடுத்து இவர்கள் போடும் நால்வழிச்சாலை போன்றவற்றை தலித் மக்கள் பயன் படுத்தும் நிலையில் இருக்கிறார்களா என்பது இன்னொரு கேள்வி. விவசாயத்திற்கு தேவைப்படும் நீர்ப்பாசனத்திற்கு செலவு செய்த தாக எடுத்துக்கொண்டால், எத்தனை தலித்துகள் விவசாய நிலம் வைத்திருக்கிறார்கள்? அதற்காக செலவிடப்படும் நிதி எப் படி தலித் மக்களை சென்றடைந்ததாகச் சொல்ல முடியும்? அப்படியிருக்கையில் அரசின் இந்த அறிவிப்பு ஒரு மோசடி

என்றே கருதவேண்டியிருக்கிறது. எந்தெந்த திட்டங்களுக்கு நிதி போனது, அந்தத் திட்டங்கள் தலித்துகளுக்கு எந்த வகையில் நன்மை செய்தன, இந்த விஷயங்கள் ஒழுங்காக நடக்கின்றனவா என்பதைக் கண்காணிக்க என்ன வழிமுறை — இந்த மூன்று கேள்விகளுக்கும் விடையில்லாதபோது தலித் மக்களின் நிதி மடை மாற்றப்பட்டதாகவே அர்த்தம்" என்றார்.

இந்தியாவிலேயே மற்ற மாநிலங்களை விட தலித் மக்களுக்கான நலத்திட்டங்கள் தமிழ்நாட்டில் மட்டுமே அதிகமிருக்கின்றன. இந்தப் பெருமையைப் பெற்றிருக்கும் தமிழ்நாடு அரசு இந்தக் களங்கத்தைப் போக்கி தலித் மக்களுக்கு இழைக்கப்படும் அநீதியை தடுக்க வேண்டும் என்பதே இப்போதைய கோரிக்கையாக இருக்கிறது.

புதிய தலைமுறை, ஜனவரி 2011.

செருப்பு துடைப்பது கேவலமா?

உத்தரப்பிரதேச முதலமைச்சர் மாயாவதியின் காலணிகளை அவருடைய பாதுகாப்பு அதிகாரி பதம்சிங் தனது கைக்குட்டை யால் துடைத்த படங்கள் வெளியாகி சர்ச்சையைக் கிளப்பி இருக்கின்றன.

மாயாவதி உத்தரப்பிரதேசத்தின் நௌனிப்பூர் என்கிற கிராமத்திற்கு ஹெலிகாப்டரில் வந்து இறங்கியவுடன் அங்கிருந்த அரசு அதிகாரிகளிடம் உரையாடுகிறார். அப்போது அவருடைய பாதுகாப்பு அதிகாரி தனது கைக்குட்டையால் மாயாவதியின் காலணிகளைத் துடைக்கிறார். மாயாவதியோ இதை அறியாதவர் போல அரசு அதிகாரிகளிடம் தொடர்ந்து உரையாடுகிறார். இந்தக் காட்சியை அங்கிருந்த ஓர் உள்ளூர் தொலைக்காட்சி சேனலின் செய்தியாளர் படம் பிடித்தார். அன்றிரவு அத்தொலைக்காட்சியில் இக்காட்சிகள் ஒளிபரப்பாக, அதன்பின் இக்காட்சிகளைக் கடன் வாங்கி மற்ற அகில இந்திய ஆங்கில சேனல்கள் தொடர்ந்து இக்காட்சியை காண்பித்த வண்ணமிருந்தன.

ஒரு பாதுகாப்பு அதிகாரி தனது மேலதிகாரிக்கு இப்படி யான பணிவிடைகளை செய்வது சரியா? இது அவரது சுயமரி யாதைக்கு இழுக்கு இல்லையா? என்பது பலரும் முன்வைக்கும்

கேள்வியாக இருக்கிறது.

பதம்சிங் பகுஜன் சமாஜ் கட்சியின் நிறுவனர் கன்ஷிராமோடு நெருங்கிய தொடர்பிலிருந்தவர். அவரைத்தொடர்ந்து மாயாவதியிடமும் நெடுங்காலமாக பணியாற்றுகிறார். இச்சம்பவம் குறித்துக் கூறுகையில் பதம்சிங் "மனிதாபிமான அடிப்படையில் தான் செய்தேன்" என்றார்.

உத்தரப்பிரதேசத்தின் எதிர்க்கட்சிகளோ "இச்சம்பவம் துரதிர்ஷ்டவசமானது. இது மாயாவதியின் நிலபிரபுத்துவ மன நிலையைக் காட்டுகிறது. அவர் தன் சிலைகளை தானே நிறுவினார். அதன் தொடர்ச்சியாக இப்படியொரு சம்பவம்" என்று குற்றம் சாட்டுகின்றன. காங்கிரஸ் கட்சி மாயாவதியின் பதவி விலகலைக் கோருகிறது.

மனித உரிமை ஆர்வலரான பேராசிரியர் அ.மார்க்ஸ் இது குறித்து என்ன கூறுகிறார்?

"யாரும் யாருடைய காலிலும் விழுவதையோ ஷூக்களை சுத்தம் செய்வதையோ ஏற்றுக்கொள்ள முடியாது. அது இழிவான செயல். அதிகாரத்தில் உள்ளவர்கள் இதனை தடுத்திருக்க வேண்டும். ஒரு முறை நேரு சென்னைக்கு வந்தார். அப்போது காங்கிரஸில் இணைந்திருந்த கண்ணதாசன் அவருடைய காலில் விழுந்தார். அதைக்கண்டு பதறிய பின்னே துள்ளி நகர்ந்த நேரு "வாட் நான்சென்ஸ் ஈஸ் திஸ்" என்று கத்தினார். இயல்பாக அவர் இதற்கு எதிர்வினை செய்தார். இப்படியான ஒரு கலாச்சாரம் அப்போது இருந்தது. ஆனால் இப்போதோ காலில் விழுவது, பணிவிடை செய்வது என்ற கலாச்சாரமாகி விட்டது. இது தமிழ்நாட்டிலிருந்து வளர்கிறது என்று சொல்லலாம். ஜெயலலிதாவின் காலில் அவரது கட்சியினர் விழுகிறார்கள். ஆனால் அது இந்தளவுக்கான சர்ச்சையை ஏற்படுத்தவில்லை. மாயாவதி ஒரு தலித் என்பதும் இந்த சர்ச்சை பெரிதாக்கப்படுவதற்கொரு காரணம். ஆனால் அவர் தலித் என்பதற்காகவோ அவர் ஒரு பெண் என்பதற்காகவோ அவருடைய இந்த செயலை நாம் நியாயப்படுத்த முடியாது. இயல்பாக அவர் அதை தடுத்திருக்க வேண்டும். ஆனால் செய்யவில்லை. மனிதன் இன்னொரு மனிதனுக்கு செருப்புத் துடைப்பது என்பது இழிவான செயல் தான். அதை ஆண் டாண்டு காலமாக பலர் செய்து வருகிறார்களே என்று கேட்

கலாம். ஆனால் அதற்காக பதிலுக்கு பழிவாங்குவது போல இவர் செருப்பை இவர் துடைக்கலாம் என்கிற வாதம் லாஜிக் இல்லாத ஒன்று" என்கிறார் அ.மார்க்ஸ்.

உத்தரப்பிரதேச அமைச்சரவைச் செயலாளர் ஷஷங்க் சேகர் சிங் இது குறித்து கூறுகையில் "வழக்கத்திற்கு மாறாக இதிலொன்றுமில்லை. ஒரு பாதுகாப்பு அதிகாரியின் கடமை யாகவும் மனிதாபிமானத்தின் அடிப்படையிலும் தான் அவர் இதைச் செய்தார். ஒரு முறை காங்கிரஸ் எம்.பியான பி.எல். புனியா கன்ஷிராம் ஷூ அணிய சிரமப்பட்டபோது அவருக்கு உதவினார். அப்போது புனியா மாயாவதியின் தனிச் செயலராக பதவியில் இருந்தார். இதையெல்லாம் ஒரு தவறு என்று கூறமுடியுமா? மாயாவதியின் காலணிகளில் ஏதோ ஒன்று ஒட்டிக்கொண்டிருந்தது. அது ஒருவேளை அவரை இடறச் செய்யலாம் அல்லது காயம்படச்செய்யலாம் என்பதால் பாது காப்புக் காரணங்களுக்காகவே பதம்சிங் இதனைச் செய்தார்" என்கிறார்.

பதம்சிங் 2007ல் ஒரு கொள்ளைக்கும்பலை எதிர்த்து சண்டை யிட்டதற்காக ஜனாதிபதி பதக்கம் வாங்கியவர். பணிஓய்வு பெற வேண்டிய அவரது பதவிக்காலம் மேலும் நீட்டிக்கப்பட்டுள்ளது. காங்கிரஸ் கட்சித் தலைவர் ரீடா பக்குணா ஜோஷி "தலித்து களின் முன்னேற்றம் குறித்துப் பேசும் மாயாவதி ஒரு தலித் அதி காரியை இவ்வாறு கேவலப்படுத்தலாமா?" என்று காட்டமாகக் கேட்கிறார்.

ஜம்மு—காஷ்மீர் முதல்வர் உமர் அப்துல்லா தனது ட்விட் டரில் இவ்வாறு எழுதியுள்ளார். "என் சூட்கேஸை என் பாது காப்பு அதிகாரிகள் எடுத்துவர நான் ஒருபோதும் அனுமதிக்க மாட்டேன்" என்று மறைமுகமாக மாயாவதியை சாடுகிறார்.

"மாயாவதி தன் காலணிகளை சுத்தம் செய்யச்சொல்லிக் கேட்கவில்லை. அவர் பாட்டுக்கும் தன் வேலையைப் பார்த்துக் கொண்டிருக்கிறார். இதற்கு மாயாவதியை குற்றம் சாட்டுவது சரியல்ல. ஒரு கைக்குட்டை கீழே விழுந்தால் குனிந்து எடுப்பது போன்ற ஒரு இயல்பான சம்பவத்தை இத்தனை பெரிதுபடுத்தத் தேவையில்லை" என்கிறார் மாயாவதி கட்சியான பகுஜன் சமாஜ் கட்சியின் சட்டமன்ற உறுப்பினர் சையது காசிம் அலி.

இச்சம்பவம் குறித்து ஐக்கிய ஜனதாதளத்தின் தலைவர் ஷரத்

யாதவிடம் கருத்து கேட்கப்பட்டபோது நாட்டில் எத்தனையோ பிரச்சனை இருக்க இப்போது இது பெரிய பிரச்சனையில்லை என்பதே அவரின் பதிலாக இருந்தது. பீகார் முதல்வர் நிதிஷ் குமாரோ இதுகுறித்து சொல்ல ஒன்றுமில்லையென்று கூறி கருத்துக் கூற மறுத்துவிட்டார்.

இதே சம்பவம் நான்கு சுவர்களுக்குள் நடந்திருந்தாலோ அல்லது காமிரா கண்களுக்குப் படாமல் நடந்திருந்தாலோ இவ்வளவு பெரிய சர்ச்சையை உண்டாக்கியிருக்காது. இன்னமும் அதிகாரத்தின் ஆணைக்கு அடிபணிந்தோ அல்லது பதவி உயர்வுக்காகவோ இப்படிச் செய்பவர்கள் இருக்கத்தான் செய்கிறார்கள். தனக்குக் கீழ் பணியாற்றுபவர்கள் தங்களுக்கு பணிவிடை செய்தாகவேண்டும் என்று மமதையோடும் அதிகார போதையோடும் அதை சலுகையாக அல்ல, உரிமையாகவே எதிர்பார்க்கும் தலைவர்கள் உண்டு. அவர்களின் கதையெல்லாம் வெளிச்சத்துக்கு வரவில்லை. இந்த ஒரு சம்பவம் வெளியே தெரிந்துவிட்டது. அவ்வளவே வித்தியாசம்.

அமெரிக்க ஜனாதிபதியாக இருந்த ஆப்ரஹாம் லிங்கனின் குடும்பம் பரம்பரையாக ஷூக்களை பாலிஷ் செய்யும் வேலையைச் செய்து வந்த குடும்பம். அவர் பதவியிலிருந்த போது அவரை கேலி செய்வதற்கு இவ்விஷயம் ஓர் ஆயுதமாக பயன்பட்டது. ஒரு விருந்தின் போது பலர் முன்னிலையில் அவரை அவமானப் படுத்தும் நோக்கில் "உங்கள் ஷுக்களுக்கு நீங்களே தான் பாலிஷ் செய்வீர்கள். அப்படித்தானே லிங்கன்?" என்று ஒருவர் கேள்வி எழுப்ப, லிங்கன் கூறிய பதில் இது.

"என் ஷூக்களை நான் தான் பாலிஷ் செய்து கொள்கிறேன். ஏன்? நீங்கள் யாருடைய ஷூக்களை பாலிஷ் செய்கிறீர்கள்?"

காலணிகளை பாலிஷ் செய்யும் தொழில் எப்போதும் வர்க்கத் தோடு தொடர்புடையது. இந்தியாவில் வர்க்கத்தோடு சேர்த்து சாதியுடனும் தொடர்புடையது. மற்றவரின் காலணியைத் துடைப்பது கேவலமும் அவமானமும் நிரம்பிய ஒரு இழிவான செயலாகவே பார்க்கப்படுகிறது. ஆனால் சுயவிருப்பத்தின் பேரிலில்லாமல் கல்வியும் உரிமையும் மறுக்கப்பட்டு காலங் காலமாக சமூகத்தின் ஒரு பிரிவினர் செருப்புத்தைக்கும், செருப்புத் துடைக்கும் தொழிலில் ஈடுபட்டு வந்திருக்கிறார்கள் என்கிற உண்மையையும் நாம் மறந்துவிட முடியாது. இன்று

நாம் தெருக்களிலும், பேருந்து நிலையங்களிலும் பார்க்கும் செருப்புத்தைக்கும் தொழிலாளி தினம் தினமும் அடுத்தவரின் காலணிகளைத் தொட்டு தூய்மைப்படுத்தும் வேலையை செய்து கொண்டுதானிருக்கிறார். ஒரு அதிகாரி இதைச் செய்கையில் சுயமரியாதையற்ற செயல் என்றும், மாயாவதி மமதையோடு இருக்கிறார் என்றும் குற்றம் சொல்லும் நாம், அதே வேலையைச் செய்யும் ஒரு தொழிலாளியிடம், எந்தக் குற்றவுணர்வுமின்றி நம் காலணிகளை கழற்றிக்கொடுத்து அந்த வேலையை செய்யச் சொல்கிறோம். குற்றம் சொல்லும் கட்சிகளும் கூட இழிவென கருதப்படும் ஒரு தொழிலில் ஈடுபட வேண்டிய கட்டாயத்தில் இருப்பவர்களுக்காக எதுவும் செய்வதில்லை.

பதம்சிங் மட்டுமல்ல, நாட்டில் எவரொருவரும் அப்படியான தொரு செயலில் ஈடுபடாதிருக்கும் நிலையை நாடு அடையும் நாள் என்று?

புதிய தலைமுறை, பிப்ரவரி 2011.

சீறிப் பாய்ந்து கொல்லும் சாதியும் அதிகாரமும்

அந்தப் பெண் நிலைகுத்தியப் பார்வையோடு அமர்ந்திருக்கிறாள். கையில் வளைகாப்பு போட்டதற்கான அடையாளமாய் கண்ணாடி வளையல்கள். வெகுளித்தனத்தை பறைசாற்றும் முகம். இன்னொரு உயிரை அவளது உடல் தாங்கியிருக்கிறது. அந்த உயிரைத் தந்த ஜெயபாலின் உயிரையோ காவல்துறை பறித்து விட்டது. அவள் பெயர் காயத்ரி. திருமணமாகி ஓராண்டு தான் ஆகிறது. சாதிமறுப்பு மணம் புரிந்த தம்பதியர் அவர்கள். பரமக்குடி & ராமநாதபுரம் சாலையில் உள்ள மஞ் ஞூரில் உள்ளது அவர்கள் வீடு. நிறைமாத கர்ப்பிணியாதலால் பரமக்குடியில் உள்ள தாய்வீட்டுக்குச் சென்றிருந்தபோது, மனைவியைப் பார்க்க பரமக்குடி வந்த ஜெயபாலுக்குக் கிடைத்தது துப்பாக்கிக் குண்டு. இருபது வயதே நிரம்பிய ஜெயபாலுக்குத் தெரிந்திருக்காது தனது அத்தியாயம் முடிந்து போய் விடும் என்று!

எழுத்தாளர்கள், பத்திரிகையாளர்கள், சமூக ஆர்வலர்கள் அடங்கிய உணமையறியும் குழுவில் ஒருவராக, ஜெயபாலின் உறவினர்களை சந்தித்தேன். “எம்புள்ள அந்த போஸ்ட் மரத் துல பாதி இருப்பான். அடிச்சா நாள் பூரா அடிச்சாத்தான் அவனைக் கொல்ல முடியும். ஆயுதம் இல்லாம வந்தா பத்து கான்ஸ்டபிள்னாலும் சமாளிப்பான். அத்தன பலம். பாவிக

துப்பாக்கியால சுட்டு அப்படியும் சாகலனு, மிதிச்சு மிதிச்சு கொன்ருக்காங்க. என் புள்ளய டிரெயினேஜ்ல கொண்டு போய் போடப்போனப்பத்தான் ஏன்டா இப்புடி பண்றீங்கனு கேட்டப்பத்தான் ஒரு வயசானவரையும் கொன்னுட்டாங்க” என்று அரற்றுகிறார் ஜெயபாலின் அப்பா பாண்டி.

“நா ஒரு பழவியாபாரிங்க. என்கிட்ட கஸ்டமரா வந்துது புள்ள. என் பொண்ணை ஸ்கூலுக்குப் போகையில பார்த் திருக்கு. என்கிட்ட வந்து கல்யாணம் பண்ணிக்கிறேன் கேட்டுச்சு. நான் மொதல்ல முடியாதுன்னுட்டேனு. அப்புறம் அந்தப்புள்ள ரொம்ப தீவிரமா இருந்துச்சு. நா முடியாதுன்னு சொன்னாலுங் கூட கடத்திட்டுப் போயி கல்யாணங்கட்டிடும்னு தோணுச்சு. அதனால் வேற சாதினுனாலும் பரவால்லனு ஒத்துக்கிட்டு கல் யாணம் பண்ணி வச்சேன். நல்ல புள்ளங்க. என் பொண்ண நல்லா வச்சுக்குச்சு. இப்படி அல்பாயுசுல அநியாயமா போச்சே..!” என்று கலங்கினார் காயத்ரியின் தாய்.

இத்தனை பேர் பேசினாலும் காயத்ரி மட்டும் எதுவும் பேசவில்லை. காயத்ரி பள்ளியில் படிக்கும்போது தடகள விளையாட்டு வீராங்கனையாக இருந்திருக்கிறார். அதற்கான சான்றிதழ்களும் வைத்திருக்கிறார். அரசு கொடுத்த ஒரு லட்சம் ரூபாயை வைத்துக் கொண்டு இந்தப் பெண் எத்தனை நாளைக்குக் காலம் தள்ள முடியும்? அரசு வேலை ஏதாவது கிடைக்காதா என்பது ஜெயபால் தரப்பின் கோரிக்கையாக இருக்கிறது. ஜெயபால் புதிய தமிழகம் கட்சியின் உறுப்பினராக இருந்திருக்கிறார். ஆனால் தீவிரமாக அரசியலில் ஈடுபடுபவர் கிடையாது. பரமக்குடி சென்றவரைக் காணவில்லை என்று அவரது செல்போனுக்குத் தொடர்பு கொண்ட போது, ஸ்விட்ச் ஆஃப் ஆகியிருந்திருக்கிறது. இரவு காவல்துறையினர் யாரோ எடுத்து இவர் யாருடைய மகன், எந்த ஊர் என்பதையெல்லாம் கேட்டுவிட்டு, அவருக்கு என்ன நேர்ந்தது என்பதை மட்டும் சொல்லாமல் விட்டுவிட, குடும்பமே தவித்து நின்றிருக்கிறது. காலையில் தொலைக்காட்சியில் செய்திகளைப் பார்த்து விஷயத்தைத் தெரிந்துகொண்டவர்கள் இராமநாதபுரம் அரசு மருத்துவமனைக்கு ஓட, மாலை 5.30 மணி வரை முகத்தைப் பார்க்கவிடாமல் காவல்துறை அலைக்கழித்திருக்கிறது. “அப்புடி என்ன அவசரம்னு கெட்ட வார்த்தையால என்னை வைஞ்சாங்க! எம்புள்ளையயும் பறிகொடுத்துட்டு, இந்த வார்த்தையெல்லாம் வேற நான் கேக்க வேண்டியிருந்துச்சு” என்று கொதித்தார்

பாண்டி. ஒரே பிள்ளையை பறிகொடுத்த ஜெயபாலின் தாயோ எந்த வார்த்தையும் பேசாமல் வெறித்தபடி இருந்தார். இது மஞ் ஞூரில் நடந்த கதை. கனத்த மனதோடு அங்கிருந்து அகன்று அடுத்த கிராமத்தை நோக்கிப் பயணமானேன்.

இது காக்கனேந்தல் கிராமத்திலிருந்து திருமணத்துக்குச் சென்று பிணமாய்த் திரும்பி வந்தவரின் கதை. நண்பர் வீட்டுத் திருமணத்துக்குச் சென்ற வெள்ளைச்சாமியும் சின்னாளும் பரமக்குடிக்கு வரும்போது துப்பாக்கிச்சூடு நடக்கிறது. மறுநாள் காலை வரை காக்கனேந்தல் கிராமத்திற்கு இவர்கள் இருவரும் என்ன ஆனார்கள் என்பது தெரியவில்லை. வெள்ளைச்சாமியின் பெயர் மட்டும் தொலைக்காட்சியில் இறந்தவர்கள் பட்டியலில் அறிவிக்கப்பட, சின்னாளின் கதி என்ன என்று கிராமமே தேடு கிறது. அவரும் இறந்து விட்டதாக முடிவு செய்து குடும்பத்தினர் அழுது கொண்டிருக்க பரமக்குடியிலிருந்து 25 கி.மி. தூரத்தை நடந்தே கடந்து வந்த சின்னாளைக் கண்டதும் கிராமமே சூழ்ந்து கொள்கிறது. காவல்துறையின் அராஜகத்திற்கு சாட்சி இவர். இனி சின்னாளின் வார்த்தைகளில்...

‘ரெண்டு பேரும் பரமக்குடி வந்தப்போ சாலை மறியல் நடந்துக் கிட்டுருந்துச்சு. நாங்க அங்கே என்னனு பார்க்கப் போனோம். ஒரு பத்தடி முன்னால வெள்ளைச்சாமி போனாரு. நான் பின்னால வந்தேன். நான் பார்த்துக்கிட்டு இருக்குறப்பவே பெரிய கம்பால போலீஸ் அவரை அடிச்சுது. உடம்புல ஒரு இடம் விடலை. அத்தனை அடி..! நான் பயந்து போய் அப்படியே வாயடைச்சு நின்னுட்டேன். என் காலிலும் ஒரு போலீஸ் வந்து அடிச்சுது. நான் சாக்கடைப் பக்கம் ஓடி பக்கத்துல உள்ள கோவில் பக்கம் போயி ஒளிஞ்சு நின்னுப் பார்த்தேன். வெள்ளைச்சாமியை ஆத்திரம் தீர்ற வரைக்கும் அடிச்சாங்க. வெள்ளைச்சாமியை துப்பாக்கியால சுடலை. அடிச்சுத்தான் கொன்னாங்க. என் கண்ணால பார்த்தேன். அப்புறம் போலீஸே தூக்கிட்டுப் போய் ஒரு வண்டியில ஏத்துச்சு. நான் வெளிய வரப் போனேன். அப்போ அங்கே பக்கத்து வீட்டுல இருந்த ஒரு பொம்பளைப் புள்ள என்னை அவங்க வூட்டுக்குள்ள கூப்டுச்சு. அங்கே போனீங்கன்னா உங்களையும் அடிச்சே கொன்னுடுவாங்கனு அந்தப் புள்ள சொல்லி என்னை அவங்க வூட்லயே அன்னிக்கு நைட் வைச்சிருந்துச்சு. அதுதான் எனக்கு அடிபட்ட எடத்துல மருந்து போட்டுச்சு. அந்தப் புள்ள இல்லேன்னா நானும் அடிபட்டு செத்திருப்பேன். பஸ் ஓடலை. அதனால் ஊருக்கு

நடந்தே வந்தேன்' என்று சொல்லும் சின்னாளின் பெயர் தான் சின்னாள். வயதோ 65.

துப்பாக்கியால் சுட்டுத்தான் 6 பேர் கொல்லப்பட்டார்கள் என்று போலீஸ் பொய்த்தகவல் கொடுத்திருக்கிறது. ஆனால் அடித்துக் கொல்லப்பட்டதற்கு சாட்சிகள் இருக்கின்றன. அவரது உடலில் தலைப்பகுதியில் ரத்தக்காயமும், வலது கை நைந்துபோயும், பின்னந்தலையில் கடுமையான ரத்தக்காயமும், உடல் முழுதும் லத்தியால் அடித்து நொறுக்கிய காயங்களும் காணப்பட்டதாக அவரது மகன் கூறினார். வெள்ளைச்சாமி தி.மு.க.காரர் என்று குடும்பத்தார் தெரிவித்தார்கள்.

காக்கனேந்தலில் இருந்து நயினார்கோவில் போகும் வழியில் இடதுபுறச் சாலையில் திரும்பினால் வருகிறது பல்லவராய னேந்தல் கிராமம். அங்கிருந்து தனது மகன் திருமணத்துக்கு பத்திரிகை வைக்கச் சென்ற கணேசனுடைய வீட்டில் கிடைத்த தகவல் அவர் அ.தி.மு.க.காரர் என்பது. 15ம் தேதி திருமணம் வைத்திருந்த நிலையில் 11ம் தேதி பரமக்குடியில் உள்ளவர்களுக்கு பத்திரிகை வைக்கச் சென்றிருக்கிறார். போனவர் திரும்பவே யில்லை. துப்பாக்கிச்சூட்டுக்குப் பயந்து ஓடிய அவரது நெஞ் சுப்பகுதிக்குக் கீழே குண்டு பாய்ந்தது. அருகே வந்து பார்த்த முத்துசாமி என்கிற ஒருவரிடம் வீட்டு தொலைபேசி எண்ணைத் தந்து தகவல் சொல்லச் சொல்லிவிட்டு மயக்கமாகிவிட, பரமக்குடி மருத்துவமனையில் அவரைச் சேர்த்தும் பலனின்றி இறந்தார்.

இளைய மகன் குணசேகரனுக்குத் திருமணத்தை 11ம் தேதி தான் நடத்த திட்டமிட்டிருந்தாராம் கணேசன். தியாகி இம்மானுவேல் குருபூஜைக்கு உறவினர்கள் போய்விடுவார்கள் என்பதால் 15ம் தேதிக்கு மாற்றி வைத்திருக்கிறார். கணேசன் இறந்து விட்டாலும் திட்டமிட்டபடி திருமணம் நடந்திருக்கிறது. "கல்யாணம் நின்னுபோனா அந்தப் பொண்ணுக்கு மறுபடியும் கல்யாணங்கிறது கஷ்டமான விஷயமாயிடும். அதனால் சொன்ன தேதியில கல்யாணம் வச்சுட்டோம். அவர் இருந்து நடத்தி வச்சிருக்க வேண்டிய கல்யாணம்...ஆனா.." முடிக்க முடியாமல் கணேசனின் குடும்பத்தார் அழத் தொடங்கினர்.

அடுத்த உயிர்ப்பலி வீரம்பல் கிராமத்தைச் சேர்ந்த பன்னீர். அவருடைய மகள் ரெபெய்க்காள் பரமக்குடி பொன்னை

யாபுரத்தில் வசிக்கிறார். மகளைப் பார்ப்பதற்காக பரமக்குடி வந்த பன்னீர் அங்கே நடந்த கலவரத்தை கேள்விப்பட்டு, அங்கே சென்றிருக்கிறார். செப் 11 அன்று காலை 11.30 மணிக்கு ரெபெய்க்காள் பன்னீரிடம் செல்போனில் பேசியிருக்கிறார். "இங்க பதட்டமா இருக்கு. கவலைப்படாதே! வந்துடுறேன்" என்றிருக்கிறார். ஆனால் அதன்பின் கொஞ்ச நேரத்தில் செல்போன் அணைத்து வைக்கப்பட்டிருக்கிறது. தந்தையைக் காணாமல் இவர் தேட, இரவு ஏழரை மணிவாக்கில் மீண்டும் செல்போன் ஆன் செய்யப்படவும், உடனே அழைத்திருக்கிறார். எடுத்துப் பேசிய போலீஸ் பன்னீரின் பெயர், ஊர் என்று எல்லா விவரங்களையும் கேட்டுக்கொண்டு மீண்டும் அணைத்து வைத்துவிட்டது. "எல்லா விவரத்தையும் கேட்டுட்டு, அப்பா இறந்த சேதியைக் கூட போலீஸ் சொல்லலை. அப்பாவின் நெற்றியில் குண்டு பாய்ந்த காயம் இருந்தது.. உடல் பூராவும் லத்தியால் அடித்த காயங்களும் இருந்தன" என்று கொதிக்கிறார் ரெபெய்க்காள். எல்லோரையும் போல இறந்த செய்தியை தொலைக்காட்சி பார்த்துத் தெரிந்து கொண்டிருக்கிறார்கள் குடும்பத்தினர்.

முத்துக்குமார் சடையனேரி கிராமத்தைச் சேர்ந்தவர். இவருடைய உடலைப் பார்ப்பதற்கு சிவகங்கை, இளையான்குடி, ராமநாதபுரம், மதுரை என்று குடும்பத்தினரை இழுத்தடித்திருக்கிறது போலீஸ். இப்படியும் மனிதர்கள் இருப்பார்களா என்று நெஞ்சை உறைய வைக்கும் கொடூரம் முத்துக்குமாருக்கு நிகழ்ந்தது. செப் 11 அன்று காலையில் பத்தரை மணிவாக்கில் இம்மானுவேல் குருபூஜையில் கலந்து கொள்ள பரமக்குடி வந்திருக்கிறார். இவருடைய வலது பக்க விலாவில் குண்டு பாய்ந்தது. அதன்பின் போலீஸ் அவரை இளையான்குடி மருத்துவமனைக்கு எடுத்துச் சென்றிருக்கிறது. அங்கே ஒரு வாகனத்தில் குற்றுயிரும் கொலையுயிருமாய்க் கிடந்த மற்ற 6 பேரோடு ஏழாவது நபராக இரவு 7மணி வரை ரத்தவெள்ளத்தில் கிடந்திருக்கிறார். அப்போதும் அவருக்கு உயிர் இருந்திருக்கிறது. அங்கே அரசு மருத்துவமனையில் முதலுதவி செய்யப்பட்டு மதுரைக்கு மாற்றப்படுகிறார். அங்கேயும் இரவு 9.30 மணி வரை உயிருடன் இருந்திருக்கிறார். அதன்பின்னரே இறந்திருக்கிறார். ஆடு மாடுகளைக் கூட இப்படி ஒரு வாகனத்தில் ஏற்றிச் சென்று கேட்பாரற்றுப் போட்டுவிட்டுச் சென்றால் ஏனென்று கேட்க ப்ளூ கிராஸ் போன்ற அமைப்புகள் இருக்கையில் மனிதர்களுக்கு நேர்ந்த இந்த கொடூரத்தைக் கண்ணால் கண்ட சாட்சி

இளையான்குடியில் இருக்கிறார். தியாகி இம்மானுவேல் பேரவையைச் சேர்ந்த முனியாண்டியை இளையான்குடியில் சந்தித்தபோது “ஒரு போலீஸ் வாகனம் ரொம்ப நேரமாக அரசு மருத்துவமனை அருகில் நின்றுகொண்டிருந்தது. தமிழ்நாடு முஸ்லிம் முன்னேற்றக் கழகத்தைச் சேர்ந்த இளைஞர்கள் அங்கே வந்தபோது அவர்கள் அந்த வாகனத்தில் முனகக் கூட முடியாத நிலையில் கிடந்த 7 பேரைப் பார்த்து அதிர்ந்து போய் வெளியே தூக்கி வந்தனர். போலீஸ் வேனுக்குள் அவர்களை விலங்குகளைப் போல போட்டுவிட்டு தன் வேலையைப் பார்த்துக் கொண்டிருந்தது போலீஸ். வேனுக்குள் அவர்கள் கிடந்த காட்சியைப் பார்த்தவர்கள் பதறிப்போனோம். அவர்களிடம் போய் பேச்சுக் கொடுத்தபோது இருவர் மட்டும் உறவினர்களின் தொலைபேசி எண்ணை தெரிவித்துவிட்டு மயக்கமாகி விட்டார்கள். மற்றவர்களால் பேச முடியவில்லை. அங்கேயிருந்த நர்ஸ் ஒருவர் ஓடியோடி அவர்களுக்கு மருத்துவ உதவி செய்தார். ஆனாலும் தீர்ப்புகனி என்பவர் மட்டும் இறந்து விட்டதாக தகவல் வந்தது. மற்றவர்களை கொஞ்ச நேரத்தில் மதுரைக்குக் கொண்டு சென்றார்கள். அங்கே சென்றவர்களில் முத்துக்குமார் என்பவர் இறந்து விட்டதாகத் தகவல் வந்தது. மற்றவர்கள் பற்றிய விவரம் தெரியவில்லை” என்றார்.

இறந்துபோன தீர்ப்புகனி கீழக்கொடும்பளூரைச் சேர்ந்தவர். பரமக்குடிக்கு காலையில் இருசக்கர வாகனத்தில் வந்திருக்கிறார். துப்பாக்கிச்சூடு நடப்பதைப் பார்த்தவுடன் அப்படியே தனது வாகனத்தை எடுக்க முடியாமல் அங்கேயே விட்டுவிட்டு கிளம்பி விட்டார். நிலைமை ஓரளவு சரியானது போல் தெரிந்ததால் தனது இருசக்கர வாகனத்தை எடுப்பதற்காக மாலை 4 மணிக்கு வந்தவரைப் பிடித்துக் கொண்டது போலீஸ். அவரை அடித்து இழுத்துப் போனதைப் பார்த்ததாக அவருடைய பெரியப்பா எஸ்.பி.முனியாண்டி கூறுகிறார். “கை ரெண்டையும் பின்னாடி கட்டிவச்சுட்டு, லத்தியால அடிச்சுக்கிட்டே போலீஸ் வண்டியில ஏத்துனதை நான் பார்த்தேன். பரமக்குடி டவுன் இன்ஸ்பெக்டர் சிவக்குமார், இளையான்குடி இன்ஸ்பெக்டர் இளங்கோவன் ரெண்டு பேரும் தான் அடிச்சாங்க. அப்புறம் ஒரு தகவலும் இல்ல. மதுரையில் தீர்ப்புகனி உடல் இருப்பதாக தகவல் தெரிஞ்சு நாங்க போய்ப் பார்த்தப்போ, அவன் உடம்புல இருந்த துணியெல்லாம் காணோம். அவனோட பனியனை மட்டும் இடுப்பில் சுத்தியிருந்தாங்க. மண்டையில் அடிச்சு, பின்னந்தலை

பிளந்துருந்துச்சு.. குதிகாலில் சின்னதா ஒரு ரத்தக்காயம். மத்தபடி குண்டு பாய்ஞ்ச அடையாளமே இல்லை" என்றார் அவர்.

துப்பாக்கிச்சூட்டில் இறந்து போனவர்கள் அனைவரும் ஜான் பாண்டியன் ஆதரவாளர்கள் என்கிறது காவல்துறை. ஆனால் தி.மு.க.,. அ.தி.மு.க., புதிய தமிழகம் கட்சிகளைச் சேர்ந்தவர் களெல்லாம் இறந்து போயுள்ளனர். ஆகவே அனைவரையும் ஜான்பாண்டியனின் அமைப்பைச் சேர்ந்தவர்கள் என்று எப்படி சொல்கிறது போலீஸ்?

துப்பாக்கிச்சூட்டின் போது அடிபட்டு, ராமநாதபுரம் & மதுரை அரசு மருத்துவமனைகளிலும், மதுரை அப்பொல்லோ மருத்துவமனையிலும் தங்கி சிகிச்சை பெற்று வருபவர்களை சந்தித்தபோது அதிர்ச்சி தாக்கியது. காவல்துறை நடத்திய உச்சகட்ட கொடூரத்தின் ரத்தசாட்சியாக அவர்களின் உட லெங்கும் ரத்தக்காயங்கள். பூதக்கண்ணாடி வைத்துத் தேடி னாலும் எங்கே இருக்கிறது காயம் என்று தெரியாத நிலையில் காவல்துறை தரப்பில் சிலர் அப்பொல்லோவில் படுத்து புகைப்படத்துக்கு போஸ் கொடுத்துக் கொண்டிருக்கிறார்கள். ஆனால் மிக மோசமான நிலையில் உயிருக்குப் போராடிக் கொண்டிருந்தவர்களை அரசு கண்டுகொள்ளவில்லை. வழக் கறிஞர்கள் பொ.ரெத்தினமும், ரஜினியும் மதுரை உயர் நீதிமன்றக் கிளையில் ரிட் மனு போட்டதன் விளைவாக மதுரை அரசு மருத்துவமனையில் உண்மையிலேயே மிக மோசமான நிலையில் சேர்க்கப்பட்டிருந்தவர்களை வேறு வழியின்றி அப்பொல்லோ மருத்துவமனையில் சிகிச்சைக்கு அனுப்பியது காவல்துறை. அதில் குமார் என்பவர் ஐ.சி.யூ.வில் அனுமதிக்கப்பட்டிருந்தார். அவரை சந்தித்தபோது, நடந்த கொடூரம் உறைத்தது. உடலில் ஒரு இடம் கூட மிச்சமில்லாமல் அடிபட்டிருக்கிறது. உடலின் எந்த பாகத்தையும் அசைக்க முடியாதபடி இருந்த அவரிடம் பேசியபோது "நான் குருபூஜைக்குப் போனேன். போலீஸ் 'சாவுடா... சாவுடா..." என்று சொல்லிச் சொல்லி அடித்தது. வலி தாங்க முடியலை.." என்றவர் அதற்கு மேல் பேசவே சிரமப்பட்டார். கனத்த இதயத்துடன் வெளியே வந்தபோது அவரது மனைவி "இவரை இளையான்குடிக்கு ஒரு வண்டியில போட்டு கொண்டு போய் அங்கேயே வச்சிருந்து, 7 மணிக்கு ஆஸ்பத்திரியில சேர்த்திருக்காங்க. அப்புறமா மதுரைக்குக் கொண்டு வந்துருக்காங்க. அவரை செத்துட்டார்னு நினைச்சு, கொண்டு போய் மார்ச்சுவரியில போஸ்ட்மார்ட்டத்துக்குப்

போட்டுட்டாங்க. ரொம்ப நேரம் கழிச்சு இவருக்கு லேசா மயக்கம் தெளிஞ்சு முனகினதைப் பார்த்து திரும்ப ஆஸ்பத்திரில சேர்த்தாங்க.!" என்றபோது இதயம் நின்று துடித்தது.

உயிர் நீத்தவர்களின் குடும்பங்களுக்கு ஒரு வகையான இழப்பு, உயிர் பிழைத்து மருத்துவமனைகளில் இருக்கும் குமார் போன்றவர்கள் உடல்ரீதியாகவும், மனரீதியாகவும் படும் துன்பங்களுக்கு என்னதான் தீர்வு? எந்த வார்த்தைகளில் எழுதி னாலும் ஈடாகாத வலியும் வேதனையும் மட்டுமே சொந்த மாக தலித் மக்களுக்கு மிச்சமிருக்கிறது. மிருகங்களைப் போல மக்களை நடத்திய காவல்துறையின் அராஜகம் சரிதானா என்ற கேள்வியோடு ராமநாதபுரம் மாவட்ட ஆட்சியர் அருண் ராயை சந்தித்தபோது அதிகார வர்க்கத்தின் பிரதிநிதியாய் நின்றே பேசினார் அவர்.

"துப்பாக்கிச் சூடு நடந்தது எனக்குத் தெரியாது. நடந்து முடிந்தவுடன் தாசில்தார் எனக்குத் தகவல் சொன்னார். நான் துப்பாக்கிச் சூட்டுக்கு உத்தரவிடவில்லை. இந்த நிலைமையை வேறு மாதிரி கையாண்டிருக்கலாம் என்பதை விவாதரீதியாக ஒத்துக் கொள்கிறேன். ஆனால் துப்பாக்கிச் சூட்டின் பின்னால் சதி இருக்கிறது என்கிற சந்தேகத்திற்கெல்லாம் பதில் சொல்லிக் கொண்டிருக்க முடியாது. தங்களின் தற்காப்புக்கல்ல, பரமக்குடி நகரின் பாதுகாப்புக்காகவே போலீஸ் துப்பாக்கிச்சூடு நடத்தியது. மற்றபடி இளையான்குடிக்கு வாகனத்தில் ஏற்றிச்சென்ற பிறகு மருத்துவமனையில் அனுமதிக்காமல் வாகனத்திலேயே அடிபட்ட வர்களை வைத்திருந்தது பற்றி நான் கருத்து சொல்ல முடியாது. இளையான்குடி சிவகங்கை மாவட்ட எல்லைக்குட்பட்டது. அங்கு நடந்தவற்றிற்கு நான் பொறுப்பேற்க முடியாது." என்றார்.

துப்பாக்கிச் சூட்டின் முதல் தகவல் அறிக்கையில் தானே முதலில் சுட்டதாக ஒப்புக்கொண்டிருக்கும் பரமக்குடி இன்ஸ் பெக்டர் சிவக்குமாரை சந்தித்தபோது "விசாரணை கமிஷன் அமைத்தபின்னால் நான் எதுவும் பேசக்கூடாது" என்றார். "மாவட்ட ஆட்சியர் இது குறித்து பேசுகிறார். நீங்கள் பேச மறுக்கிறீர்களே?" என்று கேட்டபோது "அவர் சம்பவத்தோடு சம்பந்தப்படவில்லை.நான் நேரடியாக சம்பந்தப்பட்டிருக்கிறேன். அதனால் பேச முடியாது!" என்று சொல்லிவிட்டு காரில் ஏறிப் போய்விட்டார். முதல் தகவல் அறிக்கையில் சாலை மறியல் செய்தவர்கள் தாக்கியதில் தனக்கு பலத்த காயம் பட்டதாகவும்

கவின் மலர் | 45

அதன் காரணமாகவே துப்பாக்கிச் சூடு நடத்த வேண்டி வந்ததாகவும் தெரிவித்திருக்கிறார் சிவக்குமார். ஆனால் உடலின் எந்தப் பகுதியிலும் அவருக்கு எதுவும் இல்லை. பார்ப்பதற்கு மிக ஆரோக்கியமாகவே இருந்தார் சிவக்குமார்.

உடலின் ஒரு பகுதியையும் அசைக்க முடியாமல் மதுரையில் சிகிச்சை பெறும் குமாரின் முகம் நினைவில் வந்து போகிறது!

ஜூனியர் விகடன், அக்டோபர் 2011.

வாச்சாத்தி வலி

தர்மபுரி மாவட்ட நீதிமன்ற வளாகம்! அந்தத் தீர்ப்பு வாசிக்கப் பட்டதும் அங்கே கூடியிருந்த வாச்சாத்தி கிராம மக்களின் கண்களில் கண்ணீர் பெருக்கெடுத்து ஓடியது. காலங்கடந்து தீர்ப்பு வந்திருந்தாலும், 19 ஆண்டுகளுக்கு முன்பு தங்களுக்கு இழைக்கப்பட்ட அநீதிக்கு நியாயம் கிடைத்ததாகவே அவர்கள் எண்ணினர். வக்கிரமான பாலியல் வன்முறைக்கு ஆளாக்கப் பட்ட பெண்களும் இவர்களில் அடக்கம்.

"அந்தக் கண்ணீர் ஆனந்தக் கண்ணீரா, துயர நினைவுகளால் உருவான கண்ணீரா என்றெல்லாம் எங்களுக்குத் தெரியவில்லை. ஆனால் மிகுந்த உணர்ச்சிப் பெருக்கோடு இருந்தோம்" என்கிறார் 19 ஆண்டுகள் பல வகைகளில் போராடி இந்தத் தீர்ப்பைப் பெற்றுத் தந்திருக்கும் மலைவாழ் மக்கள் சங்கத் தலைவரும், மார்க்சிஸ்ட் கம்யூனிஸ்ட் கட்சியின் மாநில செயற்குழு உறுப்பினருமான பெ.சண்முகம்.

குற்றம் சாட்டப்பட்டவர்கள் 273 பேர். அதில் 54 பேர் இறந்து விட்டனர். எஞ்சிய 219 பேரையும் குற்றவாளிகள் என்று அறி வித்து, அவரவர் செய்த குற்றங்களுக்கு ஏற்ப தண்டனைகள் வழங்கப்பட்டிருக்கின்றன. இவர்களில் 126 பேர் வனத்துறையினர். 84 பேர் காவல்துறையினர். ஐந்து பேர் வருவாய்த்துறையினர்.

இவர்களில் 4 பேர் ஐ.எஃப்.எஸ். அதிகாரிகள். குற்றவாளிகளிடம் வசூலிக்கப்படும் அபராதத் தொகை மட்டும் 6,55,000 ரூபாய்.

தர்மபுரி மாவட்டம் அரூர் அருகே இருக்கிறது வாச்சாத்தி. சந்தனக் கட்டைகளை தேடப் போன வனத்துறையும், காவல் துறையும், வருவாய்த்துறையினரும் இணைந்து 1992ம் ஆண்டு ஜூன் 21, 22, 23 தேதிகளில் நடத்திய வக்கிரமான கொடூரத் தாக்குதல்களும், பாலியல் வன்முறைகளும் அச்சில் ஏற்ற முடியாதவை. சாட்சியம் கூறிய பெண்களின் வாக்குமூலங்களை வாசிக்கக் கூட முடியவில்லை. அந்த அளவுக்கு வக்கிரங்களை அரங்கேற்றியிருக்கிறது அரசு அதிகாரம். நீண்ட காத்திருப்புக்கும், இழுத்தடிப்புக்கும் பின்னால் கிடைத்துள்ள இந்தத் தீர்ப்பு குறித்த கருத்தையறிய, இந்தப் பிரச்னையைக் கையில் எடுத்து சட்டரீதியான போராட்டம் உட்பட பல போராட்டங்களை மேற்கொண்ட சண்முகத்திடம் உரையாடினேன்.

"இந்திய நீதித்துறை வரலாற்றிலேயே இப்படியொரு தீர்ப்பு வந்ததில்லை. இதில் புலனாய்வு செய்த சி.பி.ஐ.யின் பங்கு மிக முக்கியம். அதனாலேயே சி.பி.ஐக்கு சிறப்புத் தொகையாக ஒரு லட்சம் அறிவித்திருக்கிறது. இதுவும் நீதித்துறைக்குப் புதியது தான். ஒரே ஒரு ஏமாற்றம். பாலியல் வன்முறைக்கு ஆளான பெண்களைத் தவிர, பாதிக்கப்பட்டவர்களுக்கு நிவாரணம் அறிவிக்கவில்லை. 1992ல் அந்தக் கொடூரம் நடந்தேறியபின்னர் 25 நாட்கள் கழித்துத்தான் நாங்கள் கிராமத்திற்குள் போய்ப் பார்த்தோம். அப்போது நாங்கள் கண்ட காட்சிகளை வாழ்நாளில் மறக்கவே முடியாது. மயானம் போலிருந்தது கிராமம். ஒருவர் கூட ஊரில் இல்லை. எல்லா வீடுகளும் சேதப்படுத்தப்பட்டிருந்தன. பம்புசெட்டுகள் உடைக்கப்பட்டிருந்தன. விவசாயக் கிணறுகளுக் கான ஆயில் என்ஜின்கள் பழுதாக்கப்பட்டிருந்தன. குடிதண்ணீர் கிடைக்கக்கூடாது என்று கிணற்றை சேதப்படுத்தி இருந்தார்கள். மின்சாரம் துண்டிக்கப்பட்டிருந்தது. வீடுகளில் இருந்த உணவு தானியங்களில் மண்ணெண்ணெய் ஊற்றப்பட்டிருந்தது. இவற்றையெல்லாம் ஒவ்வொரு வீடாக நுழைந்து நாங்கள் பார்த்துக் கொண்டிருந்தாலும், எந்த வீட்டிலும் ஆட்கள் இல்லை. ஊரே இருக்கக் கூடாது என்கிற வெறியோடு அங்கே ஒரு கொடூர தாண்டவம் நடந்திருப்பதை உணர முடிந்தது. ஒரு சந்து அருகே வந்தபோது, அங்கே ஒரு பெண் மட்டும் ஒளிந்து கொண்டி ருந்தார். அவர் எங்களைப் பார்த்ததும் அருகில் வந்தார். 'நேற்று மாலை நீங்கள் அரூரில் எங்கள் ஊர் மக்களுக்காக போராட்டம்

நடத்தியதையும் அதில் நீங்கள் பேசியதையும் நான் பார்த்தேன். அப்போது பார்த்த கம்யூனிஸ்ட் கட்சிக் கொடி இப்போது உங்கள் வண்டியில் பறக்கிறது. அதனால் தைரியமாய் வெளியே வந்து பேசுகிறேன்' என்றார். முன்னதாக நாங்கள் ஒரு மலைவாழ் மக்கள் சங்கத்தின் மாநாட்டை சித்தேறியில் நடத்தினோம். அப்போது வாச்சாத்தியிலிருந்து தப்பி வந்தவர்களின் இரண்டு மூன்று பேர் மாநாட்டிற்கு வந்து மேடையில் தங்களுக்கு நிகழ்ந்த வற்றைத் தெரிவித்தனர். அதை அடிப்படையாகக் கொண்டு நாங்கள் ஒரு ஆர்ப்பாட்டம் நடத்தினோம். அதை அந்தப் பெண் பார்த்திருக்கிறார். அதனால் வந்து பேசினார். அவர் சத்துணவு ஆயா என்பதால், அவரை சிறையில் அடைத்தால் பிரச்சனையாகி வெளியே தெரியும் என்பதால் அவரை மட்டும் விட்டுவிட்டது காவல்துறை. அவர்தான் காடுகளுக்குள் 25 நாட்களாக ஒளிந்திருந்த ஊர்மக்களில் 40 பேரை அழைத்து வந்து எங்களிடம் பேச வைத்தார்.

அவர்கள் கூறிய தகவல்களைக் கேட்டு அதிர்ந்து போனோம். தேடுதல் வேட்டைக்கு வந்த காவலர்கள் அங்கேயுள்ள வீடுகளைச் சூறையாடி இருக்கின்றனர். எல்லோரையும் ஊரில் உள்ள ஒரு மரத்தடிக்கு இழுத்து வந்து அடித்து உதைத்திருக்கின்றனர். அதில் சில பெண்களை மட்டும் வண்டியில் ஏற்றி ஏரிக்கரைக்கு அழைத்துச் சென்றிருக்கின்றனர். அப்போது பெண் காவலர் களை உடன் அழைத்துச் செல்லவில்லை போலீஸ். ஏரிக்கரையில் தான் 18 பெண்களை பாலியல் வன்முறைக்கு ஆளாக்கியிருக் கின்றனர். அவர்கள் குற்றுயிரும் குலையுயிருமாக மீண்டும் வந்த போது, உறவினர்களுக்கு மத்தியில் வண்டியை மரத்தடியில் நிறுத்தாமல் அவர்களைக் கொண்டுபோய் வனத்துறை அலுவல கத்தில் அடைத்து விட்டனர். இவர்களுக்கு நடந்த கொடுமை ஒருவருக்கும் தெரியாமலேயே போய்விட்டது. ஆனால் அவர் கள் இருந்த கோலத்தைப் பார்த்து சந்தேகம் கொண்டனர் அனைவரும். வண்டியில் இவர்களை ஏற்றிச் செல்லும்போதும் சரி, அலுவலக அறைக்குள்ளும் சரி பாலியல் அத்துமீறல்கள் தொடர்ந்தன. பெண்கள் வனக்காவலர்களுக்கு எதிரேயே அந்த அறையிலேயே சிறுநீர் கழிக்க நிர்பந்திக்கப்பட்டனர். ஊர்ப் பெரியவர் ஒருவரைக் கூட்டி வந்து அவரை அந்தப் பெண்களை அடிக்கச் சொல்லியிருக்கிறார்கள். அவர் மறுத்தபோது மீண்டும் மீண்டும் தாக்கப்பட்டிருக்கிறார். இரவு முழுதும், அந்தப் பெரியவருக்கும், பெண்களுக்கும் அடி உதைகள் விழுந்த

வண்ணம் இருந்திருக்கிறது. பெரியவருக்கு இதனால் இரண்டு காதுகளும் கேட்காமல் போய்விட்டது. மறுநாள் காவலர்கள் சாப்பிட்ட எச்சில் எலும்புகளைச் சாப்பிட அந்தப் பெண்கள் நிர்பந்திக்கப்பட்டார்கள். மறுத்தவர்களுக்கு அடி உதை என்று தொடர்ந்தது. அதன்பின் அவர்களை சேலம் சிறையில் அடைத்தது காவல்துறை. ஆனால் இவையெதுவுமே வெளியில் தெரியாமலேயே இருந்தது. நாங்கள் அந்தப் பெண்களைப் பார்க்க வேண்டும் என்று சிறைக்குச் சென்றபோது சிறையின் பெண்வார்டன் ஒருவர் எங்களிடம் அவர்களுக்கு நடந்ததை விவரித்து, ஏதாவது செய்யுங்கள் என்றார். அவர்களைப் பார்த்துப் பேசியபின்னர் தான் நடந்தவற்றை உறுதிப்படுத்திக் கொண்டோம். அதில் ஒரு பெண் நிறைமாத கர்ப்பிணி. அவருக்கு சிறையிலேயே குழந்தையும் பிறந்து, குழந்தைக்கு 'ஜெயில் ராணி' என்று பெயர் வைத்தார்கள். வயதான அம்மா, உடல் ஊனமுற்ற ஒருவர் இப்படி பலர் அந்த பெண்களில் இருந்தார்கள். அதில் எட்டாம் வகுப்பு படித்துக் கொண்டிருந்த 13 வயதேயான செல்வி என்கிற சிறுமி. "அன்னைக்கு எனக்கு ஸ்கூல் லீவு சார். அன்னிக்கு எனக்கு ஸ்கூல் இருந்திருந்தா எனக்கு இப்படி ஆகியிருக்காது" என்று கேவியபோது அதிர்ந்து போனோம். எல்லா குழதைகளுக்கும் விடுமுறை என்பது சந்தோஷத்தைக் கொடுக்கும். ஆனால் அவளுக்கு......" என்றவர் அதற்கு மேல் பேச முடியாமல் குரல் உடைந்து பொங்கி கண்ணீர் விட்டார். சில நிமிடங்கள் கழித்தே அவரால் தொடர முடிந்தது.

"அன்றைக்கு இரவு 11 மணிக்கு அவசரம் கருதி மாவட்ட ஆட்சியரை சந்தித்து மனு கொடுத்தோம். அவர் அப்படியொரு விஷயம் நடந்ததே தனக்குத் தெரியாதென்றார். ஆனால் அத்தனையும் முழுப்பொய் என்பது பின்னால் தெரியவந்தது. ஏற்கனவே அன்றைக்கு ஆளுங்கட்சியாய் இருந்த அ.தி.மு.க. கிராமச் செயலாளர் குணசேகரன் என்பவர் உட்பட சில அமைப் புகள் இது குறித்து அவரிடம் மனு அளித்ததும், அவர் அதைக் கிடப்பில் போட்டதும் பின்னால் தெரிய வந்தது. 21ம் தேதியே மாவட்ட எஸ்.பி. ஊருக்குப் போயிருக்கிறார். ஆனால் எதையும் யாரும் வெளியில் சொல்லாமல் மூடி மறைத்திருக்கிறார்கள். அதன்பின் வழக்கு தொடுத்தோம். உயர்நீதிமன்றமோ 'அரசு அதிகாரிகள் இப்படியெல்லாம் நடந்து கொண்டிருப்பார்கள் என்பதை நம்ப முடியவில்லை' என்று கூறி வழக்கை தள்ளுபடி செய்தது. கீழ்வெண்மணியில் 'கோபாலகிருஷ்ண நாயுடு காரில்

போகிறவர். சமூக அந்தஸ்து உள்ளவர். அவர் கொலை செய்திருக்க மாட்டார்' என்று சொன்ன நீதித்துறை தானே? மார்க்சிஸ்ட் கம்யூனிஸ்ட் கட்சியின் அப்போதைய மாநிலச் செயலாளராய் இருந்த காலம் சென்ற தோழர் ஏ.நல்லசிவன் உச்ச நீதிமன்றத்தில் சி.பி.ஐ. விசாரணை கோரி வழக்கு தொடர்ந்தார்.

எங்குமே இல்லாத அதிசயமாய் இந்த வழக்கில் தான் இன்றுவரை காவல்துறை எஃப்.ஐ.ஆர். என்ற ஒன்று போடப் படவேயில்லை. 1345 பேரை நிறுத்தி 1995ல் நடந்த பிரம்மாண்ட அடையாள அணிவகுப்பை நடக்க விடாமல் அணிவகுப்பில் கலந்து கொண்டவர்கள் ரகளை செய்தனர். நீதிபதிக்கே உயிருக்குப் பாதுகாப்பு இல்லாத சூழலில் அடையாள அணி வகுப்பு ரத்தானது. அதன்பின் உயர் நீதிமன்றம் தலையிட்டு, அடையாள அணிவகுப்பு நடத்தியாக வேண்டும் என்று கண்டிப் பாகச் சொல்லி விட, வேறு வழியின்றி ஐம்பது ஐம்பது பேரைக் கொண்டு அணிவகுப்பு நடத்தப்பட்டு, அதில் பாதிக்கப்பட்ட பெண்கள் குற்றவாளிகளை அடையாளம் காட்டினர்.

உயர்நீதிமன்றத்தில் வழக்கைக் கையாண்ட வழக்கறிஞர்கள் வைகை, சம்கிராஜ், இளங்கோ ஆகியோரின் பங்கு மகத்தானது. இந்த வழக்கை நடத்தக்கூடாது என்று பலவிதமான கொலை மிரட்டல்கள், கொலைமுயற்சிகள், தாக்குதல்களை நாங்கள் எதிர்கொண்டோம். ஆனாலும் நாங்கள் உறுதியாய் நின்றோம். அன்றைய அ.தி.மு.க. அரசில் வனத்துறை அமைச்சராக இருந்த செங்கோட்டையன் இந்தக் கொடூரங்களையெல்லாம் மூடி மறைத்தார். தமிழகமே கொதித்தபோதும், அப்போதைய முதல்வர் ஜெயலலிதா அது குறித்து சலனமேயில்லாமல் இருந்தார். இப் போதும் தீர்ப்பு வந்தபின்னர் அது குறித்து பெரிதாக அலட்டிக் கொள்ளவில்லை" என்கிறார்.

சரி... இப்போது பாதிக்கப்பட்ட பெண்கள் எப்படி இருக் கிறார்கள்?

"வாச்சாத்தி சமபவத்தில் பாதிக்கப்பட்ட 18 பெண்களுக்கு நேர்ந்தவற்றை வெளியில் கொண்டு வருகிறோமே. இதனால் இவர்களின் வாழ்க்கை பாதிக்கப்படுமோ என்கிற உறுத்தல் இருந்தது. ஆனால் அவர்கள் அனைவரும் இன்று திருமணமாகி நல்ல நிலையில் இருப்பது எனக்கு மகிழ்ச்சியளிக்கிறது" என்

கிறார் சண்முகம்.

அவர்களில் ஒருவரான பரந்தாயியிடம் பேசியபோது "தீர்ப்பு கிடைச்சப்போ எல்லாருக்கும் அழுவாச்சிதான். தண்டனை குறைவா இருக்குறதாத்தான் நாங்க நினைக்கிறோம். ஏன்னா.. நாங்க அத்தனை கொடுமை அனுபவிச்சிருக்கோம். அவங்கள்ளாம் ஜாமின்ல வெளில வந்துட்டதா சொல்றாங்க. பாதிக்கப்பட்ட பெண்களுக்கு 15,000 ரூபாய் தர்றதா சொல்லியிருக்காங்க. அது பத்தாது. எங்க இருபது வருஷ கஷ்டத்தை இந்தக் காசு சரி பண்ணுமா?" என்கிறார்.

பாதிக்கப்பட்ட இன்னொரு பெண்ணான அமரக்காவிடம் பேசியபோது "இந்தத் தண்டனை பத்தாது. எங்க ஊர் அத்தனை பாடுபட்டிருக்கு. நான் இப்போ உள்ளாட்சித் தேர்தல்ல மார்க்சிஸ்ட் கம்யூனிஸ்ட் கட்சி சார்பா நிக்கிறேன். ஆனா எதிர்த் தரப்புல ஓட்டுக்குக் காசு கொடுக்குறதா பேச்சிருக்கு. மக்கள் காசுக்கு ஆசைப்படாம இருந்தா நான் தான் ஜெயிப்பேன்" என்கிறார் உறுதியுடன்!

பாதிக்கப்பட்டிருந்தாலும், ஊர் மக்களில் ஒருவராக இருந்தாலும், உள்ளாட்சித் தேர்தலில் ஒரு பதவியைப் பெறுவதற்கு அமரக்காவுக்கு லஞ்சம் உட்பட எத்தனை இடர்பாடுகள்? ஆனால் வாச்சாத்தி விவகாரத்தையே மூடிமறைத்த செங்கோட்டையன் இன்று அமைச்சர் என்பதுதான் முரண்!

அமரக்கா ஜெயிக்கிறாரோ இல்லையோ, போராடி அநீதியை வென்ற வாச்சாத்தி மக்களுக்கு ஒரு சல்யூட்!

ஆனந்த விகடன், அக்டோபர் 2011.

கௌரவக் கொலைகள்

கண்ணகி & முருகேசனைத் தெரியுமா உங்களுக்கு? அவர்கள் இருவரும் கணவன் மனைவி. ஆதிக்க சாதியைச் சேர்ந்த கண்ணகியை தலித் ஆன முருகேசன் காதலித்து மணந்துகொண்டார். தங்கள் வீட்டுப் பெண், தன் சாதியை விட்டு ஒரு தலித்தை திருமணம் செய்துகொண்டதால் ஊரார் கூடி நிற்க ஊரின் நடுவே கட்டி வைத்து காது வழியாக விஷம் கொடுத்து கண்ணகியையும் முருகேசனையும் கொன்றார்கள். இது நடந்தது 2003ல். தமிழ்நாட்டின் கௌரவக் கொலை என்றாலே நினைவில் வரும் இரு பெயர்களாக இந்தப் பெயர்கள் மாறிப் போயின.

ஆனால் இன்றைக்கு தமிழ்நாட்டில் நிறைய கண்ணகிகளும் முருகேசன்களும் இருப்பதாக... அல்ல.. அல்ல.. இருந்ததாக புள்ளி விவரங்கள் சொல்கின்றன. அண்மையில் வெளியிடப்பட்ட எவிடென்ஸ் அமைப்பின் அறிக்கை தமிழ்நாட்டில் கௌரவக் கொலைகள் அதிகரித்திருப்பதை வெளிச்சம்போட்டுக் காட்டியிருக்கிறது.

கௌரவக் கொலைகளுக்கு மதம், பொருளாதாரம், பாலினம் போன்ற பல காரணங்கள் இருந்தாலும் சாதிதான் முக்கியமான காரணமாக இருக்கிறது. கௌரவக்கொலைகள் மூன்று விதமாக நடத்தப்படுகின்றன என்கிறது எவிடென்ஸ் அறிக்கை.

1. காதலர்கள் / தம்பதியினர் இருவரையும் கொலை செய்வது,

2. தம்முடைய மகளை கொலை செய்வது,

3. தம்முடைய மகளை விரும்பிய அல்லது திருமணம் செய்து கொண்ட நபரை கொலை செய்வது.

குடும்பத்தின் கௌரவத்தைக் காப்பாற்றவே இந்தக் கொலைகள் நடப்பதால் இதற்கு கௌரவக் கொலை என்று பெயர் வைக்கப்பட்டது. சாதி இதில் முக்கிய பங்கு வகிக்கிறது. இதில் பாதிக்கப்படுவது பெரும்பாலும் பெண்தான். சாதியைக் காப்பாற்றும் முக்கியமான பொறுப்பு பெண்ணுக்கு விதிக்கப்பட்டிருக்கிறது. வேறு சாதி ஆணை விரும்பிய பெண்ணின் வயிற்றில் பிறக்கும் குழந்தைக்கு தன் சாதியல்லாத ஒருவன்தான் தகப்பன் என்கிற உண்மையை ஏற்றுக்கொள்ள குடும்பங்கள் விரும்புவதில்லை. அதிலும் அந்தப் பெண் ஒரு தலித்தை காதலித்துவிட்டால் நிலைமை இன்னும் மோசம். பெண்ணைக் கொல்வதே கௌரவக் கொலை என்று வரையறுக்கப்பட்டு இருந்தது. ஆனால் இன்றைக்கு பெண்ணைக் காதலிக்கும் ஆணும் இதில் கொல்லப்படுகிறான்.

ஒரு பெண்ணுக்கு அவளுடைய கணவனுடைய வீட்டில் இழைக்கப்படும் கொடுமைகளை பெற்றோர் தட்டிக்கேட்பார்கள். அதனால் அவை வெளியில் தெரியவருவதற்கான வாய்ப்புகள் அதிகம். ஆனால் கௌரவக் கொலைகளில், பெண்ணின் பெற்றோர் மற்றும் உடன்பிறந்தோராலேயே துன்புறுத்தப்படுவதால் பெரும்பாலும் வெளியில் தெரிய வாய்ப்பில்லாமல் போய்விடுகிறது.

“தமிழகத்தில் கடந்த 2010ம் ஆண்டு 6,009 பெண்கள் தற்கொலை செய்து கொண்டுள்ளனர். 629 பெண்கள் கொலை செய்யப்பட்டும் உள்ளனர். கொலை செய்யப்பட்ட பெண்களில் 18—30 வயதுடைய பெண்கள் 236. இவற்றில் ஆய்வு செய்து பார்த்தால் பல கௌரவ தற்கொலைகளும், கௌரவக் கொலைகளும் இருக்கலாம்” என்கிற எவிடன்ஸ் அறிக்கையை புறந்தள்ளிவிட முடியாது. ஏனெனில் இன்றைக்கு கௌரவக் கொலைகள் போல கௌரவச்சித்திரவதைகளும் அதிகரித்திருக்கின்றன. காதலிக்கும் பெண்ணை உடல்ரீதியாகவும் மனரீதியாகவும் சித்திரவதை செய்து அவளை தற்கொலைக்குத் தள்ளுவதும் அதிகரித்திருக்கின்றது. கல்வியறிவில் சிறந்த தமிழ்நாடு என்று

பெருமைப்பட்டுக்கொள்ளும் நம் தமிழகத்தில்தான் இந்த காட்டு மிராண்டித்தனங்களும் நடக்கின்றன என்பதை புள்ளிவிவரங்கள் சொல்கின்றன.

அண்மையில் நாகப்பட்டினம் மாவட்டம் வேதாரண்யம் அருகே உள்ள வண்டல் என்கிற கிராமத்தில் சித்ரா என்கிற பெண் ஊர்மக்கள் சிலரால் அடித்தே கொல்லப்பட்டார். மாதவன் என்கிற தலித் ஒருவருக்கும் சித்ராவுக்கும் உறவு இருந்ததாகவும் அதன் காரணமாகவே அவர் கொலை செய்யப் பட்டிருக்கிறார் என்றும் சந்தேகங்கள் எழுந்துள்ளன. இந்தச் சம்பவம் குறித்து சமூக இயக்கங்களிடமிருந்து கடும் கண்டனம் எழுந்திருக்கிறது.

"திருமணத்தைத் தாண்டிய உறவு என்பது உண்மையாக இருக்கலாம். ஆனாலும், அது சம்பந்தப்பட்ட குடும்பங்கள் கையாள வேண்டிய பிரச்சனை. சட்டமும் நீதிமன்றமும் இவற் றைப் பார்த்துக் கொள்ளட்டும். மற்றவர்கள் யார் தீர்ப்பெழுத? மனைவியைத் தாண்டி, பல பெண்களுடன் தொடர்பு வைத் திருந்த ஆண்கள், பெரிய தனக்காரர்கள் எத்தனை பேர்? அவர் களால் குடும்ப கௌரவம் அழியவில்லையா? இப்போதும் அப்படியான நடைமுறை தொடர்கிறதே? குடும்பமோ, ஊர் மக்களோ கொதித்தெழுந்து, கௌரவம் போய் விட்டதென்று ஒப்பாரி வைக்கிறார்களா, இல்லையே? அப்படியானால், எது பிரச்சனை? எதில் குடும்ப கௌரவம் போவதாகக் கருதப் படுகிறது? சாதியில் தானே? அதுவும், பெண் ஆதிக்க சாதியாக இருந்து, ஆண், தலித் வகுப்பைச் சேர்ந்தவராக இருக்கும்போது தான், கௌரவப் பிரச்சனை வருகிறது. ஆண், வேறு சாதியாக இருந்து, பெண் தலித்தாக இருந்தால், அது, அந்த ஆணின் ஆண்மையை அல்லது ஆளுமையைக் குறிப்பதாகப் பார்க்கப் படுகிறது. தலித் பெண்களை உடமையாகப் பார்க்கும் பார்வை யும் இதில் அடங்கும்.

ஆதிக்க சாதி சமூக அமைப்பில், பெண்தான், சாதித் தூய்மை யின் அடையாளமாகக் கருதப்படுகிறாள். இதர சாதியுடன் உறவு என்பது, அவளைத் தீட்டுப்படுத்துவதாகவும், எனவே சாதியும் கெட்டுப் போவதாகவும் கருதப்படுகிறது. சாதியை நிலைநாட்ட, அவள் ஒரு கருவியாகப் பயன்படுத்தப்படுகிறாள். வாரிசைப் பெற்றுக் கொடுக்கும் இடத்தில் இருக்கும் அவள்தான், கற்போடு இருக்க வேண்டும். கணவன் யாரிடம் போய்விட்டு வந்தாலும்

கவின் மலர் | 55

பரவாயில்லை, அவனோடு குடும்பம் நடத்தி, அவருக்கான வாரிசை, சாதியின் அடையாளமாகப் பெற்றுத்தருவது பெண்ணின் கடமை என்ற கடந்த காலத்தின் மிச்ச சொச்சங்களின் தொடர்ச்சியல்லவா இது?

சாதி முறை பாதுகாக்கப்பட வேண்டும் என்பதற்காக, மக்களின் மனம் தயார்படுத்தப்படுகிறது. அதை மீறுவது, பெற்ற மகளாக இருந்தாலும், கூடப் பிறந்த சகோதரியாக இருந்தாலும், அடுத்த வீட்டுப் பெண்ணானாலும், சொந்த பந்தமாக இருந்தாலும் போட்டுத் தள்ளத் தயங்காத வெறி கொண்ட மன உணர்வு உற்பத்தி செய்யப்படுகிறது. இதில் பதியன் போடப் படுபவைதான் கௌரவக் கொலைகளும் குற்றங்களும்" என்று ஆவேசப்படுகிறார் அனைத்து இந்திய ஜனநாயக மாதர் சங்கத்தைச் சேர்ந்தவரும் பெண்ணியவாதியுமான உ.வாசுகி.

உத்தரப் பிரதேசத்தில், இஷ்ரத் ஜஹன் என்ற தனது 14 வயது மகளை ஒன்றரை மாதங்களாகக் காணாமல், அவரைக் கண்டுபிடித்து தருமாறு அவரின் தந்தை காவல்துறையில் புகார் அளித்தார். புகாரின் மீது நடவடிக்கை எடுத்து மகளைக் கண்டு பிடித்துத் தரவேண்டிய காவல்துறை டி.ஐ.ஜி சதீஷ்குமார், "உங்கள் மகள் ஓடிப்போய்விட்டாள் என்றால் நீங்கள் வெட்கித் தலைகுனியவேண்டும், தற்கொலை செய்து கொள்ளுங்கள். என் சகோதரி இவ்வாறு செய்தால் நான் கொன்று போடுவேன் அல்லது தற்கொலை செய்து கொள்வேன்" என்று கூறியுள்ளார்.

நாடு முழுதும் அதிர்ச்சி அலைகளைக் கிளப்பின இந்த வார்த்தைகள். கௌரவக் கொலைக்கு ஆதரவாக அவர் பேசியது உறுதிப்படுத்தப்படும் பட்சத்தில் அவர் மீது நடவடிக்கை எடுக்கப்படும் என்று அம்மாநில முதல்வர் அகிலேஷ் யாதவ் கூறியிருக்கிறார். படித்த, நல்ல பணியில் இருக்கும் ஓர் அதிகாரியின் மனநிலையே இதுதான் என்றால், நாம் எந்த மாதிரியான சமூகத்தில் வாழ்கிறோம்?

கௌரவக் கொலைகளில் ஈடுபடுகிறவர்கள் குடும்ப உறுப்பினர்களாக இருப்பதால் வழக்கினை நடத்துவதில் பல்வேறு சிரமங்கள் உள்ளன. சாட்சிகள் மறைக்கப்படுவது, சாட்சியங்கள் அழிக்கப்படுவது போன்ற பல்வேறு மீறல்கள் நடப்பதற்கு அதிக வாய்ப்புகள் உள்ளன. எனவே இவற்றையெல்லாம் கவனத்தில் எடுத்துக் கொண்டுதான் கௌரவக் கொலைகளுக்கு தனிச்சட்டம்

இயற்றப்பட வேண்டும் என்கிற கோரிக்கை எழுந்துள்ளது. நாடாளுமன்றத்தில் ப.சிதம்பரம் தனிச்சட்டம் இயற்றுவதற்கான உறுதி மொழியை அளித்திருந்தார். தனிச்சட்டம் இயற்றுவது எந்த அளவுக்கு பலனளிக்கும் என்கிற கேள்வியோடு வழக்கறிஞர் சுதா ராமலிங்கத்தை அணுகினேன்.

"சட்டம் வந்தால் நல்லதுதான். ஆனால் வரதட்சணையை தடுப்பதற்கென்று தனிச்சட்டம் இருக்கிறது. ஆனால் யார் வாங்காமல் இருக்கிறார்கள்? மனைவியை கொடுமை செய்வதைத் தடுப்பதற்கும் தனிச்சட்டம் இருக்கிறது. ஆனால் வன்கொடுமைகள் ஓயவில்லையே? எஸ்.சி & எஸ்.டி வன் கொடுமைத் தடுப்புச் சட்டம் இருக்கின்றது. ஆனால் தலித்துகள் மீது வன்கொடுமைகள் ஓய்ந்துவிட்டனவா? வெறும் சட்டங்கள் மாத்திரம்தான் தீர்வு என்று நாம் சொல்ல முடியாது. மக்களின் மனங்கள் மாற வேண்டும். அதற்கு ஊடகங்கள் துணை நிற்கவேண்டும். சாதி குறித்தான நம் சமூகத்தின் பார்வை மாற வேண்டும். வெறுமனே தெருப்பெயர்களில் சாதியை எடுத்துவிட்டால் அது சாதியை ஒழித்ததாக ஆகாது. சாதி விட்டு சாதி&மதம் தாண்டிய திருமணங்களை அரசாங்கமும் சமூகமும் ஆதரிக்க வேண்டும். பெண்களுக்கு உரிமைகள் வேண்டும். வெறும் சாதியும் மதமும் அந்தஸ்தும்தான் திருமணத்தகுதிகள் என்று நினைப்பதை நம் மக்கள் முதலில் கைவிட வேண்டும். சாதிமறுப்புத் திருமணங்களுக்கு அரசு கூடுதல் சலுகைகள் அளிக்க வேண்டும். அவர்களுடைய வாரிசுகளுக்கு இடஒதுக்கீடு அளிக்க வேண்டும். சாதிப்பஞ்சாயத்து, கட்டப்பஞ்சாயத்து போன்றவற்றை அரசு முழுவதுமாக ஒழிக்க வேண்டும். சிறுவயது முதலே சாதியை விமர்சிக்கும் கல்விமுறையை அறிமுகப்படுத்த வேண்டும்" என்கிறார் சுதா ராமலிங்கம்.

ஆம்! தீண்டாமை ஒரு பாவச்செயல், தீண்டாமை ஒரு பெருங்குற்றம், தீண்டாமை ஒரு மனிதத்தன்மையற்ற செயல் என்று ஏட்டளவில் மட்டும் சொல்லிக்கொடுக்கும் நம் கல்வி முறை சாதி ஒழிப்பு குறித்து என்றேனும் பேசியிருக்கிறதா? கல்விமுறை மட்டுமல்ல, நம் வீடுகளும் குடும்பங்களும் சாதி & மத மறுப்புத் திருமணங்களை ஏற்றுக்கொள்ளுமானால், சிறு வயதிலேயே சாதி என்பது உயிர்க்கொல்லி என்கிற கருத்தை பிஞ்சு மனங்களில் ஏற்றினால், இனி வரும் தலைமுறையிலாவது சாதி குறித்த வெட்டிப் பெருமிதங்களும், அதன் காரணமாக நிகழும் கௌரவக்கொலைகளும் ஓரளவுக்கேனும் குறையும் என்று

நம்பலாம். ஆனால் பூனைக்கு யார் மணிகட்டுவது?

கணவனை தனது உடன்பிறந்தோரின் சாதிவெறிக்கு பலியாகக் கொடுத்து பரிதவித்து நிற்கும் லெட்சுமியிடம் பேசினேன்.

"எங்க ஊரு அரிதுவாரமங்கலம். நான் தஞ்சாவூர்ல இருக்கிற அக்கா வீட்டில் தங்கி படிக்கும்போது அவர் கூட பழக்கமாச்சு. அவர் பேர் சிவாஜி. ஐ.டி.ஐ. படிச்சிக்கிட்டு இருந்தார். ஒருத்தரை ஒருத்தர் மனசார விரும்பினோம். வீட்டுக்கு ஒரு நாள் தெரிய வந்துச்சு. என்னைக் கொன்னுடுவோம்னு எங்க வீட்டுல மிரட்டினாங்க. அடிச்சு ரொம்ப சித்திரவதை செஞ்சாங்க. அவரு ஜான்பாண்டியன் கட்சியில இருந்தார். அதனால் கட்சி எங்களுக்குத் துணையா இருந்துச்சு. கட்சியில இருக்குற தலைவர் முத்துபாண்டியோட பாதுகாப்புல நாங்க திண்டுக்கல்லுக்குப் போயிட்டோம். அங்கே கல்யாணம் நடந்துச்சு. 3 மாசம் நாங்க திண்டுக்கல்லதான் இருந்தோம். நாங்க எங்கே இருந்தோம்னு எங்க வீட்டுக்குத் தெரியாது. தேடிக்கிட்டே இருந்தாங்க. அவரு ஆட்டோ ஓட்டிக்கிட்டு இருந்தார். எங்ககிட்ட காசுபணம் அதிகமில்லாட்டாலும், ரொம்ப சந்தோஷமான வாழ்க்கை எங்களுது. அத்தனையும் போச்சு..மண்ணா போச்சு...

ஒருநாள் விடியக்காலையில கதவு தட்டுற சத்தம் கேட்டுச்சு. அப்போ நான் மாசமா வேற இருந்தேன். அவரு ஜாக்கிரதையா 'நீ போகாத..! நான் போறேன்' சொல்லிட்டு 'யாரு'ன் கேட்டார். 'ஆட்டோ வேணும்பா. அவசரம். கதவத்திற'ன் சொன்னாங்க. அவரும் ஏதோ அர்ஜென்ட் போலிருக்குன்னு நினைச்சு கதவைத் திறந்தார். அவ்வளவுதான். உள்ளே திமுதிமுன்னு ஆளுங்க நுழைஞ்சாங்க. எங்க சித்தப்பாவும் அப்போ கூட வந்திருந்தார். ரெண்டு வண்டி நிறைய ஆளுங்க வந்திருந்தாங்க. என்ன ஏதுன்னு சுதாரிக்கிறதுக்குள்ள அவரை அடிக்க ஆரம்பிச்சாங்க. நான் கெஞ்சினேன்; கதறினேன்; ஆனா அவரை வண்டியில ஏத்திக்கிட்டு போயிட்டாங்க. என்ன ஆனாருன்னே தெரியலை. ரொம்ப லேட்டாதாங்க தெரியும். அம்பதாயிரம் ரூபா காசுக்கு ஆசைப்பட்டுக்கிட்டு முத்துபாண்டிதான் எங்க இடத்தைக் காட்டிக்குடுத்துருக்காருன்னு!

போனவரை பொணமாத்தான் பார்த்தேன். கல்லணையில ஆத்துப்பக்கம் ஒதுங்கிக்கிடந்தாரு. போயிப்பார்த்தேன்.. அவரை சித்திரவதை செஞ்சுக் கொன்னு ஆத்துல வீசியிருக்காங்கன்னு

அவரு பாடியைப் பார்த்தாலே தெரிஞ்சுது... (அழுகிறார்...) என் கூடப்பிறந்த அண்ணனுங்க இப்பவும் என்னை மிரட்டுறாங்க. என் குடும்பமே என் வாழ்க்கையை சீரழிச்சுருச்சு.. எப்போ வேணும்னாலும் எனக்கு எதுவும் நடக்கலாம். உயிரைக் கையில பிடிச்சிக்கிட்டுத்தான் இருக்கேன். இப்போ என் வீட்டுக்காரரு வீட்டில்தான் இருக்கேன். அவங்கதான் எனக்குப் பாதுகாப்பா இருக்காங்க. கோர்ட்டுல கேசு நடக்குது. ஆச்சு.. நாலு வருஷம் ஆச்சு..எல்லாம் நடந்து. எனக்குப் பாதுகாப்பா இருக்குறதனால என் கொழுந்தனார் மேல பொய்கேசு போட்டிருக்காங்க. என் புள்ளை எல்.கே.ஜி. படிக்கிறான். அவனுக்கும் எனக்கும் என்னதான் இனி இருக்கு வாழ்க்கையில? என் வாழ்க்கையை நான் பொறந்த குடும்பமே வீணாக்கிடுச்சே" என்று அவர் அழுதுகொண்டே தேம்பலுக்கிடையே சொல்வதைக் கேட்க முடியாமல் துக்கம் தொண்டையை அடைக்கிறது.

லெட்சுமியின் கதை இப்படியென்றால் தஞ்சை மாவட்டம் வடசேரியில் இருந்து வேலைக்காக சென்னைக்கு வந்த சதுரா வின் கதை இன்னும் கொடூரம். சதுராவின் கணவர் டேனியல் செல்வகுமாரிடம் பேசினேன்.

"நான் சென்னையில் இருக்கிறேன். ஹெச்.டி.எஃப்.சி. பாங்க்கின் கஸ்டமர் கேர் துறையில் நான் வேலை பார்க்கிறேன். சதுரா என் டன் வேலை பார்த்தாள். ஆரம்பத்தில் ஃப்ரெண்ட்ஸா இருந் தோம். போகப்போக அது காதலா மாறிச்சு. ஒருத்தரை ஒருத்தர் பிரியவே முடியாத அளவுக்கான காதல் எங்களுடையது. எங்க வீட்டில் சொன்னேன். ஒத்துக்கிட்டாங்க. அவங்க வீட்டில் அவ விஷயத்தை சொன்னப்போ கடுமையான எதிர்ப்பு இருந்துச்சு. அவ இங்கே சூளைமேட்டில் ஒரு ஹாஸ்டல்ல தங்கியிருந்தா. அவங்க சித்தப்பா காமராஜுடைய வீடு கொளத்தூர்ல இருக்கு. என்கிட்ட பேச கொளத்தூருக்கு என்னை அவர் வரச் சொன்னார். நானும் போனேன். என் சம்பளம், வேலைன்னு எல்லாத்தையும் விசாரிச்சுட்டு என் சாதி என்னன்னு கேட்டார். நான் தலித் கிறிஸ்டியன்னு என்னைப் பத்தி எல்லா தகவலையும் அவர்கிட்ட சொல்லிட்டு வந்தேன். அவளை உடனே வரச் சொல்லிடுவாங்க ஊருக்குன்னு நினைச்சோம். ஆனா அவங்க அப்படி செய்யலை. அதனால் கொஞ்சம் நம்பிட்டோம்.

ஒரு நாள் அவங்க அப்பா அம்மா எல்லோரும் சென்னை வந்துட்டு அவளை கொளத்தூருக்கு சித்தப்பா வீட்டுக்கு வரச்

சொன்னாங்க. அவளும் போனா. போயிட்டு அன்னைக்கு நைட் என்னைக் கூப்பிட்டு 'இவங்க பிரச்சனை பண்றாங்கடா.. நான் நாளைக்கு ஹாஸ்டலை வெக்கேட் பண்ணிட்டு வரேன்... என்னை எங்கேயாவது அழைச்சுட்டுப் போயிடு'ன் சொன்னா. மறுநாள் அவ என்னை சூளைமேட்டுக்கு வரச்சொன்னா. அவ சொன்ன இடத்துக்கு நான் போனப்போ அவளை அங்கே காணோம். போன் பண்ணினா சூளைமேடு போலீஸ் ஸ்டேஷனுக்கு வான்னு சொன்னா. போனா அவங்க அம்மா அப்பா எல்லாரும் அங்கே இருந்தாங்க. அவளை ஃபாலோ பண்ணிக்கிட்டே இருந்து அவளைப் பிடிச்சு வண்டியில் ஏத்திக்கிட்டு போகப் பார்த்தப்போ, அவள் சத்தம் போட்டிருக்கா. பப்ளிக் கூடிட்டாங்க. அவங்க பப்ளிக் கூடினதும் 'இவ ளோட அப்பா அம்மாதான் நாங்க'ன்னு சொல்லி எல்லாரையும் அனுப்பப் பார்த்திருக்காங்க. அவ சுதாரிச்சுக்கிட்டு 'இவங்க என் அப்பா அம்மா இல்லை. பொய் சொல்றாங்க'ன் கத்தவும், யாரோ போலீஸுக்குத் தகவல் சொல்லி, போலீஸ் வந்து ஸ்டேஷனுக்குக் கூப்பிட்டுட்டுப் போயிருச்சு. அவ அங்கே நான் டேனியலோடதான் இருப்பேன்னு சொல்லிட்டா. அவ மேஜர்ங்கிறதால எதுவும் செய்யமுடியலை. நான் அவளை என் வீட்டுக்கு அழைச்சுட்டுப் போயிட்டேன். உடனடியா அவளை ரிஜிஸ்டர் மேரேஜ் பண்ணிக்கிட்டேன். என் வீட்டுலேர்ந்துதான் அவள் ஆபீஸுக்கு போயிட்டு வந்தா. கொஞ்ச நாள் கழிச்சு அவங்க வீட்டிலேர்ந்து போன் பண்ணி 'ஊர்ல எல்லாரும் சதுராவைப் பத்தி தப்பா பேசுறாங்க. அதனால் ஊர்ல வச்சு ஒரு கல்யாணம் பண்ணிடுவோம்னு' சொன்னாங்க. அவங்க சொன்னதை நாங்க நம்பினோம்.

மார்ச் 26 கல்யாணம் ஃபிக்ஸ் பண்ணினாங்க. அவ இனிமே உங்க வீட்டுல தானே இருக்கப்போறா. கொஞ்ச நாள் இங்கே இருக்கட்டும் கலயாணத்துக்கு முன்னாலேன்னு சொல்லி அவளை வீட்டுக்குக் கூப்பிட்டாங்க. எனக்கோ சதுராவுக்கோ கொஞ்சம் கூட சந்தேகம் வரலை. நானும் நம்பி அனுப்பி வச்சேன். கல்யாண தேதிக்கு ரெண்டு மூணு நாளைக்கு முன்னா லேயே அவ என்கிட்ட 'எனக்கு சந்தேகமா இருக்குடா.. இங்கே கல்யாண ஏற்பாடெல்லாம் நடக்குற மாதிரியே தெரியலை'ன்னு சொன்னா. எனக்கு லைட்டா சந்தேகம் வந்தாலும், நான் 24ம் தேதி அன்னிக்கு குடும்பத்தோட அவங்க ஊருக்குப் போக டிக்கெட் புக் பண்ணியிருந்தேன். போய்ப் பார்த்துக்கலாம்னு இருந்தேன்.

அவ அன்னிக்கு நைட் 9 மணி போல எனக்கு எஸ்.எம்.எஸ். அனுப்பினா 'டேனியல்! நாம ஏமாந்துட்டோம்டா...என்னை கொலை செய்யத்தான் கூட்டிட்டு வந்திருக்காங்கன்னு நினைக் கிறேன்னு' சொன்னா. நான் உடனே கூப்பிட்டேன். அவ போனை எடுக்கலை. கொஞ்ச நேரம் கழிச்சு அவ நம்பர்லேர்ந்து கால் வந்தது. எடுத்தா அவங்க சித்தப்பா பேசுறார். 'ஒண்ணும் கவலைப்படாதீங்க... அவங்க அப்பாவுக்கும் அவளுக்கும் சின்ன சண்டை. நான் பார்த்துக்குறேன்னு' சொன்னார். நான் அவரை நம்பி 'அவளை காலையில வரைக்கும் பார்த்துக்கோங்க. நான் கிளம்பிட்டேன். காலைல வந்துடுவேன். வந்து நான் என் பெண் டாட்டியை அழைச்சுக்கிட்டு சென்னைக்கு வந்துடுறேன். அங்கே கல்யாணமெல்லாம் வேணாம். அவளை காலைல வரைக்கும் பத்திரமா பார்த்துக்கங்க'ன்னு கெஞ்சினேன். நான் என் அம்மா, ஃபிரெண்ட்ஸோட நைட் பஸ் ஏறிப் போயிட்டிருக்கேன். அதுக்குப் பிறகு அவகிட்டேர்ந்து மெசேஜ் மட்டும் வந்துக்கிட்டே இருந்தது. 'பயமா இருக்கு'ன்னு சொல்லிக்கிட்டே இருந்தா. காலைல 4.32 மணிக்கு அவகிட்டேர்ந்து கடைசி எஸ்.எம்.எஸ். வந்தது. *'I want to live with you for 100 years'*ன் ஒரு மெசேஜ் அனுப்பியிருந்தா. அதுக்குப்பிறகு நான் அனுப்பிய எஸ்.எம்.எஸ்.க்கு பதில் இல்லை. கூப்பிட்டா ரெஸ்பான்ஸ் இல்லை. என்னன்னே தெரியாம நான் போய்க்கிட்டு இருந்தேன். காலைல 7 மணிக்கு திருச்சி கிராஸ் பண்ணும்போது தகவல் வருது 'சதுரா தற்கொலை பண்ணிக்கிட்டு செத்துட்டா'ன்னு எங்க நண்பர்கள் எனக்குத் தகவல் சொன்னாங்க. நான் என்ன பாடுபட்டிருப்பேன்? என் னால் அது தற்கொலைன்னு நம்ப முடியலை. அவளோட பாடியைக் கூட என்னைப் பார்க்க விடலை. நான் அவளோட பாடியை சென்னைக்கு எடுத்துட்டுப் போகணும்னு திருச்சி யிலேயே இறங்கி அங்கே உள்ள போலீஸ்காரங்ககிட்ட கேட்டேன். அவங்க பாப்பாநாடு போலீஸ் ஸ்டேஷன் போகச் சொன்னாங்க. போனா அங்கே அந்த இன்ஸ்பெக்டர் முரண்டு பிடிக்கிறார். ஊருக்குள்ள நீங்க போனா பெரிய பிரச்சனை வெடிக்கும். கலவரமாயிடும். போகாதீங்கன்னு தடுக்கிறார். நான் அவளுடைய பாடியை என்கிட்ட ஒப்படைக்கச் சொல்லி வற்புறுத்திக் கேட்டேன். தஞ்சாவூர் மெடிக்கல் காலேஜுக்குப் போகச் சொன்னார். அங்கே தான் போஸ்ட்மார்ட்டம் பண்ணி பாடியை வச்சிருப்பாங்கன்னு சொனனார். நான் அங்கே போய்க் காத்துக்கிடந்தேன். அங்கே யாருமே இல்லை. அதுக்குப் பின்னாடி விசாரிச்சவுடன்தான் தெரியும்...போஸ்ட்மார்ட்டம்

பட்டுக்கோட்டையில நடந்துருக்கு. அவ பாடியை எரிக்கும்வரை நான் தஞ்சாவூர் மெடிக்கல் காலேஜில் இருந்திருக்கேன் அப்புறம் தான் எனக்குத் தெரியும். அவளோட போஸ்ட் மார்ட்டம் ரிப் போர்ட்படி அவ காதில் திரவவிஷம் ஊத்திக்கிட்டும், வாய் மூலமா திரவவிஷம் எடுத்துக்கிட்டும் செத்துப் போயிருக்கான் சொல்லுது. அதெப்படி தற்கொலை செய்றவங்க ரெண்டு மாதிரியும் ட்ரை பண்ணுவாங்க? தன் காதில் தானே விஷம் ஊத்திக்கிறதெல்லாம் கஷ்டம். அவ காதில் விஷம் யாரோ ஊத்தி இருக்கணும். நான் போட்டோ பார்த்தேன். அவ காது நீலக்கலர்ல இருந்துச்சு.

கேஸ் நடக்குது. அந்த இன்ஸ்பெக்டர் அவங்க வீட்டுல காசு வாங்கிக்கிட்டு எதுவுமே செய்யலை. இன்ஸ்பெக்டர் டிரான்ஸ்பர் ஆனபிறகு தான் கேசில் கொஞ்சம் முன்னேற்றம். இங்கே சென்னையில் உள்ள எனக்குத் தெரிஞ்ச போலீஸ்காரங்ககிட்டப் பேசி இந்தக் கேசை ஃபாலோ பண்ணச் சொன்னேன். அப்புறம் சி.பி.சி.ஐ.டிக்கு கேஸ் மாறிடுச்சு. எல்லோருக்கும் தெரியுது இதை அவங்க வீட்டில்தான் செஞ்சாங்கன்னு. ஆனா நிரூபிக்க முடியலையாம். அதனால தற்கொலைக்குத் தூண்டினதாதான் தண்டனை தர சான்ஸ் இருக்குன்னு சி.பி.சி.ஐ.டி. சொல்றாங்க... அப்படி வந்தா நான் மேலே என்ன செய்யணுமோ அதைச் செய்வேன். சி.பி.ஐ.க்கு கேஸை மாத்தச் சொல்லிப் போராடுவேன். என் சதுராவே எனக்கு இல்லைன்னு ஆயிடுச்சு. இனி யாருக்காகவும் நான் கவலைப்பட மாட்டேன். எப்பாடுபட்டாவது தண்டனை வாங்கிக்கொடுப்பேன்” என்கிறார் ஆவேசமாக.

கிறிஸ்துதாஸ் காந்தி, வளர் ஆணையர் மற்றும் கூடுதல் தலைமைச் செயலாளர், “கௌரவக்கொலை என்று யார் பெயர் வைத்தார்களோ தெரியவில்லை. இதற்கு படுபாதகக் கொலைகள் என்றுதான் நியாயமாகப் பெயர் வைத்திருக்க வேண்டும். இது பெரியார் பிறந்த மண், திராவிட இயக்கம் வேரூன்றி இருக்கும் இடம் என்பதால் சாதிக்கொடுமைகள், பெண்ணடிமைத்தனம் போன்றவை இல்லை என்கிற கருத்து தமிழ்நாட்டில் நிலவுகிறது. ஆனால் உண்மையில் வட மாநிலங்களில் கூட சாதி இந்துக்கள் ‘நாங்கள் இப்படித்தான்’ என்று சொல்லி வெளிப்படையாகச் செய்கிறார்கள். இங்கே அப்படி அல்ல. யார் மனதில் என்ன இருக்கிறது என்பதைப் புரிந்து கொள்ளவே முடியாது. கௌரவக் கொலைகளை ஒழிக்கவென்று இங்கே தனிச்சட்டங்கள் இல்லை. வரதட்சணை ஒழிப்பு, குழந்தைத் தொழிலாளர் முறை ஒழிப்பு,

தீண்டாமை ஒழிப்பு போன்றவற்றிற்குத் தனிச்சட்டங்கள் உள்ளன. ஏனெனில் அவை சமூகக் குற்றங்களாகப் பார்க்கப் படுகின்றன. இவை கிரிமினல் குற்றங்களாக மட்டுமே பார்க்கப் படுகின்றன. மற்ற கொலைகளைப் போலத்தான் இவையும் பார்க்கப்படுகின்றன. அதனால் தமிழ்நாட்டில் கௌரவக் கொலைகள் குறித்த சரியான புள்ளிவிவரங்கள் கிடைக்க வாய்ப்பு இல்லை. கௌரவக்கொலைகள் ஒரு சமூகக் குற்றமாகப் பார்க்கப்படுவதில்லை. அதனால்தான் அதற்குத் தனிச்சட்டங்கள் இயற்றப்படவில்லை. கட்டப்பஞ்சாயத்துக்களை ஒழிக்கவென்று தனியாக சட்டம் இருக்கிறது. அந்தச் சட்டத்தையே கூட தற்போதைக்கு இதற்கும் பயன்படுத்தலாம்."

ஆனந்த விகடன், ஜூன் 2012.

இணைப்பு

ஹரியானா, பஞ்சாப், உபி மாநிலங்களில் ஆண்டுக்கு 900 கௌரவக் கொலைகளும் நாட்டின் பிற பகுதிகளில் ஏறத் தாழ 100 முதல் 300 கொலைகளும் நடப்பதாக ஜனநாயக மாதர் சங்கத்தின் அறிக்கை தெரிவிக்கிறது. தமிழகத்தில் நிகழ்ந்தவற்றில் சில:

- சிவகங்கை மாவட்டத்தைச் சேர்ந்த மேனகா என்பவரை அவரது விருப்பத்துக்கு மாறாக காளிதாஸ் என்பவருக்கு திருமணம் செய்து வைத்திருக்கிறார்கள். ஒரு வாரத்துக்குப் பிறகு மேனகா வீட்டை விட்டு வெளியேறி தனது காதலர் சிவகுமாருடன் வாழப் போய் விட்டார். மானாமதுரை நகரத்துக்கு அருகில் வாழ்ந்த அவர்களை திருப்பி வரும்படி அன்பொழுகப் பேசி சிவகங்கைக்கு வரவைத்த பெற்றோர்களும் உறவினர்களும் சிவகுமாரை கொலை செய்தனர்.

- திருவண்ணாமலை மாவட்டம், துறிஞ்சிக்குட்டைமேடு பழங்குடியின சமூகத்தைச் சேர்ந்த துரையும் சாதி இந்துவான தேன்மொழி என்பவரும் காதலித்ததால்

ஆத்திரமடைந்த தேன்மொழியின் அண்ணன் ஜெயவேலும், பெரியப்பா ஏழுமலையும் துரையை அரிவாளால் வெட்டி கொடூரமான முறையில் படுகொலை செய்துள்ளனர்.

* திருவாரூர் மாவட்டம், அரிதுவார்மங்கலத்தைச் சேர்ந்த சாதி இந்துவான லெட்சுமி, தலித் சமூகத்தைச் சேர்ந்த சிவாஜியை காதலித்து வந்துள்ளார். லெட்சுமியின் வீட்டில் இக்காதலுக்கு கடுமையான எதிர்ப்பு. இதனால் இருவரும் வீட்டை விட்டு வெளியேறி திருமணம் செய்து கொண்டு நிலக்கோட்டையில் வசித்து வந்துள்ளனர். லெட்சுமியின் சகோதரர்கள் சுப்பிரமணியன், சிவக்குமார் ஆகியோர் சிவாஜியை கடத்திச் சென்று தஞ்சாவூரில் வைத்து அவரை கொலை செய்துள்ளனர். இது மட்டுமல்லாமல் தாழ்ந்த சாதி பையனுக்கு பிறந்த குழந்தையை வாழவிடமாட்டோம் என்று கூறி லெட்சுமியையும், லெட்சுமியின் குழந்தையையும் கொலை செய்யமுயற்சி செய்தனர். இக்கொலை முயற்சியிலிருந்து தப்பித்த லெட்சுமி சிவாஜியின் குடும்பத்தாரின் பாது காப்பில் தற்போது நலமுடன் உள்ளார்.

* பழனி அருகில் உள்ள க.கலையமுத்தூர் கிராமத்தைச் சேர்ந்த தலித் சமூகத்தைச் சேர்ந்த பத்ரகாளி, ஸ்ரீபிரியா என்கிற சாதி இந்துப் பெண்ணை காதலித்து திருமணம் செய்து கொண்டார். இதனால் பிரியாவின் தந்தை சீனிவாசன், அவருடைய உறவினர்கள் ராஜ்கண்ணன், பண்ணாடியான் ஆகியோர் ஸ்ரீபிரியா தங்கியிருந்த வீட்டிற்கே சென்று அரிவாளால் வெட்டி கொடூரமான முறையில் படுகொலை செய்துள்ளனர்.

* சென்னை, சிமென்ட்ரி சாலை பகுதியைச் சேர்ந்த தலித் இளைஞர் டேனியல் செல்வக்குமார் ஒரு வங்கி அதிகாரி. சதுரா என்கிற சாதி இந்துப் பெண்ணை காதலித்து திருமணம் செய்து கொண்டார். சதுராவின் உறவினர்கள் சதுராவை காதில் விஷம் ஊற்றிக் கொலை செய்துள்ளனர் என்று டேனியல் செல்வக்குமார் நீதிமன்றத்தில் வழக்கு தொடுத்துள்ளார்.

* சிவகங்கை மாவட்டம், கே.புதுக்குளம் கிராமத்தைச் சேர்ந்த சிவக்குமார் கட்டிக்குளம் கிராமத்தைச் சேர்ந்த மேகலாவை காதலித்து வந்தார். மேகலாவின் குடும் பத்தினர் 19 வயதான மேகலாவிற்கு 37 வயதான ஒருவரைத்

திருமணம் செய்து வைத்துள்ளனர். மேகலாவிற்கு திருமண வாழ்க்கை பிடிக்கவில்லை என்பதனால் சிவக்குமாரோடு வாழ விரும்பினார். இதனால் மேகலாவின் குடும்பத்தினர் சிவக்குமாரை கொடூரமான முறையில் வெட்டி படுகொலை செய்தனர். மேகலாவின் மீதும் கடுமையாக வெட்டுக் காயங்கள் ஏற்பட்டன. முப்பது நாட்கள் சிகிச்சைக்குப் பிறகு மேகலா பிழைத்துக் கொண்டார்.

- தர்மபுரி மாவட்டத்தைச் சேர்ந்த தலித் இளைஞர் வெற்றிவேல் சாதி இந்துவான சுகன்யாவை காதலித்து திருமணம் செய்து கொண்டார். சுகன்யாவின் தந்தை தம்முடைய மகளை படுகொலை செய்துள்ளார்.

- திருச்சியைச் சேர்ந்த ஜெயா கார்த்திக் என்கிற இளைஞரை காதலித்து வந்தார். இதனால் ஜெயாவின் தந்தை செல்வராஜ் தம்முடைய மகளை படுகொலை செய்துள்ளார்.

- சிதம்பரம் அண்ணாமலை பல்கலைக்கழகத்தின் கல்லூரி மாணவியை, அவரது தந்தை கல்லூரி வாசலிலேயே வெட்டினார்.

- கும்மிடிப்பூண்டிப் பள்ளியில் படித்துக்கொண்டிருந்த ஒரு பெண்ணின் கொலைக்காக அவருடைய தாயார் கைது செய்யப்பட்டார்.

- சில ஆண்டுகளுக்கு முன்பு, மதுரையிலிருந்து கூலிப்படையை ஏவி, சென்னையில், தலித் இளைஞனைத் திருமணம் செய்த மகளைக் கொல்ல ஏற்பாடு செய்தார் தந்தை.

- பரமக்குடியில் நான்கு ஆண்டுகளுக்கு முன் திருச்செல்வி, தலித் இளைஞரான டேனியல்ராஜை காதலித்ததால் கொல்லப்பட்ட சம்பவத்தில், அப்பெண்ணின் தாயையும் பாட்டியையும் தற்போது காவல்துறை கைதுசெய்திருக் கிறது.

- சென்னை செங்குன்றத்தில், காவல் நிலையத்தில் சரணடைந்த மகளை, காவல்நிலையத்தில் வைத்துக் கழுத்தை அறுத்தார் அவளுடைய தந்தை.

- புதுக்கோட்டையில் தலித் இளைஞர்கள் மூன்றுபேர் வேறு சாதியில் திருமணம் செய்துகொண்டதற்காக

ஆதிக்கச் சாதியினரால் மொட்டையடிக்கப்பட்டு, நிர்வாணமாக்கப்பட்டு, அடித்துத் துன்புறுத்தப்பட்டு, இரவு முழுவதும் சாலைகளில் உருள வேண்டுமென்று தண்டனை வழங்கப்பட்டது.

ஈரோடு மாவட்டம், பெரியார் நகரைச் சேர்ந்த தலித் இளைஞர் இளங்கோ திருப்பூரில் செல்வலட்சுமியை காதலித்ததால் கொடூரமான முறையில் கொல்லப்பட்டார்.

தலித் கிராமங்களில் பெட்ரோல் குண்டு வீசி தீபாவளி கொண்டாடிய சாதி வெறியர்கள்

தர்மபுரியில் நத்தம், அண்ணா நகர், கொண்டம்பட்டி கிராமங்களில் கண்டவற்றை எழுத எத்தகைய வார்த்தைகளும் போதாது தான்! வாச்சாத்தி, கொடியங்குளம், கீழ்வெண்மணி என்று தலித்துகள் மீது நடந்த அத்தனை கோரத்தாக்குதல்களையும் விஞ்சிவிட்டது இந்தக் கொடூரம். தலித் இளைஞரான இளவரசனும் வன்னிய சாதியைச் சேர்ந்த திவ்யாவும் செய்துகொண்ட காதல் திருமணம் மட்டும்தான் இந்த தலித் கிராமங்கள் கொள்ளையடிக்கப்பட்டு தீக்கிரையாக்கப்பட்டதற்கு காரணமா? நிச்சயமாக அது மட்டும் அல்ல. அதனால்தான் அண்ணா நகரில் தீவைத்த பின்னர் “முப்பது வருஷத்துக்குப் பிறகு இன்னைக்குத்தான் தீபாவளி கொண்டாடுறோம்” என்று சீட்டியடித்துக்கொண்டு கும்மாளமிட்டபடி வந்த வன்முறைக்கும்பல் சொல்லிவிட்டுச் சென்றிருக்கிறது. அதென்ன முப்பது வருஷத்துக்குப் பிந்தைய தீபாவளி?

தமிழகத்தில் நக்சல்பாரி இயக்கங்களின் மூலம் பொதுவுடைமைத் தத்துவம் ஆழ வேரூன்றிய பகுதி தர்மபுரி. 1984ல் தர்மபுரியில் அப்பு, பாலன் ஆகியோரை காவல்துறை துப்பாக்கியால் சுட்டுக் கொன்றதன் நினைவுச்சின்னம் இருக்கும் நாய்க்கன்கொட்டாய் என்கிற ஊர் தர்மபுரி — திருப்பத்தூர் சாலையில் இருக்கிறது. அந்த நினைவுச்சின்னத்தின் வலப்புறம் 4 கி.மீ. சென்றால்

கொண்டம்பட்டி, இடப்புறம் திரும்பினால் கூப்பிடு தூரத்தில் அண்ணா நகர். நாய்க்கன்கொட்டாயின் மறுமுனையில் வலப் புறம் திரும்பினால் இருக்கிறது நத்தம். இந்த கிராமம்தான் இளவரசனின் சொந்த கிராமம்.

இந்த மூன்று கிராமங்களில் உள்ள வீடுகள் ஒன்றில் கூட இனி வாழமுடியாது. அந்த அளவுக்கு வீடுகள் சேதப்படுத்தப் பட்டுள்ளன. சேதப்பட்ட வீடுகளுக்குள் ஸ்டாலின், லெனின், காரல் மார்க்ஸ், பகத் சிங் படங்கள் எரிந்தும் எரியாத நிலையில் பல வீடுகளில் காணக் கிடைக்கின்றன. ஒவ்வொரு ஊரிலும் மாலை 4.30 மணியளவில் தாக்குதல் தொடங்கி இருக்கிறது. வந்தவர்களில் பெண்களும் பள்ளி மாணவர்களும் இருந்தார்கள் என்பதுதான் அதிர்ச்சி தரும் செய்தி. வந்த பெண்கள் வன் முறையில் ஈடுபடவில்லை என்றாலும் வன்முறையைத் தூண்டும் வகையில் பேசியதாகவும் தலித் பெண்களை ஆபாச அர்ச்சனை கள் செய்ததாகவும் அண்ணா நகரைச் சேர்ந்த பெண்கள் குற்றம்சாட்டுகின்றனர்.

“நாங்க 30 வருஷத்துக்கு முன்னால எல்லாம், அவங்களைக் கண்டா துண்டை எடுத்து இடுப்புல கட்டிக்கணும். அவங்களுக்கு கும்பிடு போடணும். வயசுல குறைஞ்ச சின்னப் பையனா இருந்தாலும் மரியாதையா கூப்பிடணும். அவங்களுக்கு முன் னால செருப்பு போடக்கூடாது. ஆனா எங்க ஊர்ல கட்சி வளர்ந்தபின்னால அதெல்லாம் இல்லாமப் போச்சு. நாங்க அவங்களுக்கு சரிசமமா பேச ஆரம்பிச்சோம். ரவி, சின்னத்தம் பின்னு நத்தம் கிராமத்துல வரிசையா கலப்பு திருமணம் பண்ணினாங்க. அதெல்லாம் அவங்களுக்குப் பிடிக்கலை. ஆனா, எங்ககிட்ட நல்லாத்தான் பேசுவாங்க. முன்னாடி கட்சிக்கு பயந்து எங்ககிட்ட எந்த வம்புதும்பும் இல்லாம இருந்தாங்க. ஆனா கட்சி இல்லாம போனவுடனே சமயம் பார்த்துக்கிட்டே இருந்து இப்போ இளவரசன் கல்யாணத்தை சாக்கா வச்சு இப்படி பண்ணிட் டாங்க” என்கிறார் அண்ணாநகரைச் சேர்ந்த வசந்தா.

இப்போது புரிகிறதா 30 ஆண்டு வன்மத்தின் காரணம்?. இந்த வன்மத்துக்கு மாமல்லபுரத்தில் நடந்த கூட்டம் ஒன்றில் பா.ம.க. சட்டமன்ற உறுப்பினரும், வன்னியர் சங்கத் தலைவருமான காடுவெட்டி குரு தூபம் போட்டார். “மற்ற சாதியைச் சேர்ந்த யாராவது நம் சாதியைச் சேர்ந்தவர்களை காதலித்தால் கையை வெட்டவேண்டும்” என்று வன்முறையைத் தூண்டும் வகையில்

பேசிய காடுவெட்டி குரு மீது நடவடிக்கை எடுக்கக்கோரி வழக்கறிஞர் ரஜினிகாந்த் தொடுத்த வழக்கையடுத்து, சென்னை உயர் நீதிமன்றம் பணித்ததன் பேரில் அவர் மீது எஃப்.ஐ.ஆர். பதியப்பட்டாலும் அதன்மீது எந்த நடவடிக்கையும் இல்லை. தர்மபுரி கிராமங்களை பார்வையிட வந்த வழக்கறிஞர் ரஜினி காந்தை சந்தித்தோம்., “தாக்கப்பட்ட 3 கிராமங்களுக்கு மிக அருகில் இருக்கும் கிருஷ்ணாபுரம் அரியமங்கலத்தில் செப்டம்பர் 7 அன்று நடந்த கூட்டத்தில் மாமல்லபுரத்தில் பேசியதுபோலவே வன்முறையைத் தூண்டும் வகையில் காதல் திருமணங்களுக்கு எதிராகப் பேசியிருக்கிறார் காடுவெட்டி குரு. அக்டோபரில் இளவரசன் — திவ்யா திருமணம் நடக்கிறது. நவம்பரில் இப்படி மூன்று கிராமங்கள் கொள்ளையடித்து கொடூரமாகத் தாக்கப்படுகின்றன. இந்த மூன்றையும் ஒரே நேர்க்கோட்டில் நடந்த சம்பவங்களாகவே பார்க்கவேண்டும். அந்தப் பகுதி வன்னிய சாதியினருக்கு பா.ம.க.வின் முக்கிய தலைவர் ஒருவரின் இந்தப் பேச்சு தூண்டுகோலாக அமைந்துள்ளது. எனவே அவரை கைது செய்யவேண்டும்” என்றார் ஆவேசமாக.

பெண்களும் குழந்தைகளும் தற்போது படும் சிரமம் மிகவும் அதிகம். வெட்டவெளியில் ஒரு பந்தலின் கீழ் இரவில் ஊரே படுத்துறங்குகிறது. பிறந்த குழந்தையும்கூட கடுங்குளிரில் தவிக்கவேண்டிய நிலை. அண்ணா நகரில் உள்ள 9ம் வகுப்பு படிக்கும் மாணவி சுஷ்மிதா நம்மிடம் கூறுகையில் “எங்க வீடு பத்தி எரியுதுன்னு தண்ணி ஊத்தி அணைக்கப் போனோம். எங்க ஸ்கூல்ல பத்தாவது படிக்கிற அண்ணன். நல்லா என்கிட்ட பேசுற அண்ணன் தான். அன்னிக்கு என்னைப் பார்த்து ....ன்னு காது கூசுறமாதிரி கண்டபடி திட்டி அடிக்க வந்தான்” என்கிறாள். நாளைக்கு இந்த மாணவியும் அந்த மாணவனும் ஒரே பள்ளிக்கூடத்தில்தான் படிக்கப் போகிறார்கள். தற்போது காவல்துறை பாதுகாப்புடன் மாணவர்கள் பள்ளிகளுக்குச் செல்ல ஏற்பாடு செய்யப்பட்டுள்ளது.

மூன்று கிராமங்களிலுமே சாதிமறுப்பு திருமணம் செய்தவர் களின் வீடுகள் குறிவைத்துத் தாக்கப்பட்டிருக்கின்றன. மற்ற வீடுகளைவிட அதிக சேதம் விளைவித்து, ஒரு பொருளையும் விடாமல் அழித்து இருக்கின்றனர். இதில் ஒன்றரை ஆண்டுகளுக்கு முன்னால் சாதிமறுப்புத் திருமணம் செய்துகொண்ட நேதாஜி என்பவர் தற்போதும் எங்கிருக்கிறார் என்று அவரது வீட்டுக்கே தெரியாது. மனைவியுடன் வெளியூரில் தலைமறைவாக வசிக்

கிறார். இவரது வீடு இருக்கும் கொண்டம்பட்டிக்குச் சென்ற போது சின்னாபின்னமான அவருடைய வீட்டின் முன்னால் அமர்ந்து அவரது தாய் கதறி அழுதுகொண்டிருந்தார். நேதாஜி யின் தம்பி ராமச்சந்திரன் நம்மிடம் பேசுகையில் “இந்த ஊரில் கலப்பு மணம் செய்தவங்க வீடுங்களை தேடித் தேடி எரிச்சிருக் காங்க. மத்த வீடுகள்ல பீரோவை உடைச்சு பணம், நகையை கொள்ளையடிச்சிருக்காங்க. எங்க வீடு, பொருள் எல்லாம் போனது கூட பரவாயில்லை. எனக்கு எங்க ஊருன்னா உயிருங்க. எங்க ஊர்க்காரங்களை சொந்த ஊர்லயே அகதிங்க மாதிரி கவர்மெண்ட் தர்ற சோத்துக்கு வரிசையில தட்டேந்த வச்சுட்டாங்கன்னு நினைச் சாத்தான் தாங்கலை. ஈழத்துல அகதிங்களைப் பார்த்து கண்ணீர் விட்டிருக்கோம். ஆனால் நாங்களே இப்படி அகதி ஆவோம்னு நினைச்சதில்லைங்க.” என்று கண்ணீர் விட்டார்..

கொண்டம்பட்டி பஞ்சாயத்துக்கு உட்பட்ட ரேசன் கடை, கழிப்பறை என்று எல்லா திட்டங்களும் கொண்டம்பட்டியில் இல்லை. அருகில் உள்ள ஆதிக்க சாதி குடியிருப்புகள் உள்ள புளியம்பட்டியில்தான் இருக்கின்றன. கொண்டம்பட்டி பஞ் சாயத்து என்கிற பெயர்ப்பலகையுடன் புளியம்பட்டியில் இவற்றைப் பார்ப்பதற்கு விநோதமாகவே இருக்கிறது. இந்த ஊர் ஒரு தீவுபோல சுற்றிலும் ஆதிக்கசாதி கிராமங்களால் சூழப் பட்டு, நடுவில் தனியாக மாட்டிக்கொண்டதால், மற்ற கிராம மக்களின் அட்டூழியங்களை எதிர்த்துப் பேசமுடியாத நிலையில் இருந்திருக்கின்றனர் தலித் மக்கள். இந்த கிராமத்தைச் சேர்ந்த கிருஷ்ணம்மாள் நம்மிடம் பேசியபோது “முன்னெல்லாம் அவங்களுக்கு அடிமை வேலை செஞ்சுட்டு, குடுக்குற கூலியை வாங்கிக்கிட்டுப் போயிருவோம். இப்போ எங்க புள்ளைங்களை நாங்க படிக்க வைக்கிறோம். காசு பணம் அதிகமா தேவை இருக்குறதால கோயம்புத்தூர் மாதிரி ஊர்ல அதிகமா கூலி கொடுக்கிற இடத்துக்குப் போயிடுறோம். அவங்க கூப்பிட்டா நாங்க தைரியமா கூலி அதிகமா குடுத்தாத்தான் வருவோம்னு சொல்லிடுறோம். நம்மகிட்ட பழைய சோத்துக்கு கையேந்தி நின்னவங்களுக்கு இவ்வளவுதூரம் ஆயிப்போயிருச்சான்னு அவங்களுக்கு எரிச்சல். சமயம் பார்த்து பழிவாங்கிட்டாங்க” என்றார்.

அதிகமாக பாதிக்கப்பட்ட நத்தம் கிராமத்தில் எந்த வீடும் பாக்கியில்லை. இளவரசனின் வீடு சூறையாடப்பட்டு உடைத்து நொறுக்கப்பட்டிருந்தது. மூன்று ஊர் மக்களுமே பெங்களூருவிலும்,

கோயம்புத்தூரிலும் கூலிவேலைக்குச் சென்று சம்பாதித்த பணத்தில் கட்டிய வீட்டின் வசதிக்கு சாட்சியங்களாக இருக்கக்கூடிய மிக்ஸி, கிரைண்டர், பிரிட்ஜ், டிவி, பீரோ, வாஷிங் மெஷின், ஃபேன், இரு சக்கர, நான்கு சக்கர வாகனங்கள் என்று எதையும் விடாமல் எரித்து இருக்கின்றனர். இளவரசனை திருமணம் செய்துகொண்ட வன்னிய சாதிப் பெண்ணான திவ்யாவின் தந்தையின் உடலை இளவரசனின் வீடு முன் கொண்டு வந்து வைத்து இளவரசனின் வீட்டை அடித்து நொறுக்கியதுதான் முதல் தாக்குதல். அதன் பின் ஒரு கும்பல் நெடுஞ்சாலைக்குச் சென்று அங்கே சென்று உடலை வைத்து சாலை மறியல் செய்திருக்கின்றனர். சாலையெங்கும் உள்ள மரங்களை வெட்டி நடுவில் போட்டு போக்குவரத்தை தடை செய்தபின் ஒருவரையும் உள்ளே விடாமல், கிராமங்களில் தங்கள் வேட்டையைத் தொடங்கி இருக்கின்றனர். ஒவ்வொரு கிராமத்திற்கும் ஆயிரம் பேராவது வந்ததாக மக்கள் கூறுகின்றனர். ஒவ்வொரு வீட்டுக்கும் 50 பேராவது வந்ததாகவும் கூறுகின்றனர். அவர்களது நோக்கம் மிகத் தெளிவாக உயிர்ச்சேதம் இல்லாமல், பொருட்சேதம் செய்து தலித் மக்களின் வாழ்வாதாரங்களைச் சிதைத்து அவர்களது சொத்துக்களை அழிப்பது மட்டுமே என் பதை சேதங்களைப் பார்க்கையில் தெளிவாகிறது. முதலில் பணம், நகை, கேஸ் சிலிண்டர் போன்றவற்றை கொள்ளையடித்து கையோடு கொண்டு வந்திருந்த வண்டியில் ஏற்றிவிட்டு பின்னர் பெட்ரோல் குண்டுகளை வீட்டில் எறிந்திருக்கின்றனர்.. முதல் வீட்டை எரிக்கத் தொடங்கியதுமே தலித் மக்கள் உயிருக்கு பயந்து ஓடி, வயல்களில் சேற்றில் விழுந்துகிடந்து தப்பித்திருக்கின்றனர். இரவு ஒன்பதரை மணி வரை நீண்ட இந்த கோரத் தாக்குதல்களின்போது கைபேசி மூலம் காவல்துறையையும், தீயணைப்புத்துறையையும் தொடர்புகொண்டு வரச்சொல்லிக் கேட்டிருக்கின்றனர். ஆனால் காவல்துறை உதவிக்கு வரவில்லை. முதலில் நத்தம் கிராமத்திற்கு வந்த போலீஸ் வந்த கும்பலைக் கண்டு பயந்து “எங்கள் உயிரைக் காப்பாற்றிக் கொள்ளவே முடியாது போலிருக்கிறது. நீங்கள் தப்பித்து ஓடிவிடுங்கள்” என்று கூறிவிட்டு வாகனத்தில் சென்றுவிட்டதாக நத்தம் கிராம மக்கள் தெரிவிக்கின்றனர். தங்கள் கடமையைச் செய்யாமல் இருந்த குற்றத்துக்காக தற்போது இரண்டு இன்ஸ்பெக்டர்களையும், டி.எஸ்.பி.யையும் இடைநீக்கம் செய்துள்ளார் மாவட்ட காவல் துறை கண்காணிப்பாளர் ஆஸ்ரா கர்க்.

இத்தகையதொரு தாக்குதல் உணர்ச்சி வேகத்தில் நடக்க

சாத்தியமில்லை. பெட்ரோல் குண்டுகள் ஒவ்வொரு வீட்டுக்கும் தயார் செய்யப்பட்டிருக்கின்றன. பெட்ரோல் நிரப்பப்பட்ட பல கேன்கள் லாரிகளில் எடுத்துவரப்பட்டிருக்கின்றன. ஆட்களை இதற்கென்றே சுற்றுவட்டாரத்தில் உள்ள பல ஆதிக்க சாதி கிராமங்களில் இருந்து அழைத்துவந்து இருக்கின்றனர். இவற்றை எல்லாம் திட்டமிடாமல் செய்யமுடியாது. அப்படியெனில் உளவுத் துறைக்குத் தெரியாமலா இத்தனையும் நடந்தன என்பது மிகப்பெரிய கேள்வி. திவ்யாவின் தந்தை நாகராஜின் மரணம் குறித்து பல்வேறு சந்தேகங்கள் தற்போது நிலவுகின்றன. "அதெப்படி அவர் தற்கொலை செய்துகொண்ட சில மணிநேரங் களிலேயே இத்தனை பெரிய தாக்குதலுக்கு தயாராக முடிந்தது? அவர்களை இந்தத் தற்கொலைதான் இத்தகைய வன்முறைக்குத் தூண்டியது என்று சொல்வது நம்பும்படி இல்லையே? இது உண்மையிலேயே தற்கொலைதானா?" என்று தற்போது எழுந் துள்ள சந்தேகத்தையும் அத்தனை எளிதாக ஒதுக்கிவிட முடியாது. பிரேத பரிசோதனை அறிக்கை விரைவில் வெளியானால் ஒரு வேளை இதற்கு பதில் கிடைக்கலாம்.

தாக்கியவர்களின் தரப்பையும் அறிந்துகொள்ள திவ்யாவின் ஊரான செல்லன்கொட்டாய்க்குச் சென்றபோது பூட்டிய வீடு களே நம்மை வரவேற்றன. காவல்துறையினரைத் தவிர வேறு யாரும் அந்த ஊரில் இல்லை.

இன்றைய தேதியில் தலித் மக்கள் ஆஸ்ரா கர்க் தங்களுக்கு அநீதி இழைத்தவர்களுக்கு எதிராக நடவடிக்கை எடுப்பார் என்று திடமாக நம்புகிறார்கள். "இதுவரை 127 பேரை வன் கொடுமைத் தடுப்புச் சட்டத்தின்கீழ் கைதுசெய்திருக்கிறோம். மற்றவர்கள் தலைமறைவாக இருக்கிறார்கள். வெகு விரைவில் மற்றவர்களையும் பிடித்துவிடுவோம். 4 எஃப்.ஐ.ஆர்.கள் ஊரை எரித்ததற்கும், சாலை மறியல் செய்ததற்கும், மரங்களை வெட்டி பொதுச்சொத்துக்கு சேதம் விளைவித்ததற்கு தலா ஒன்றுமாக 6 எஃப்.ஐ.ஆர்.கள் போடப்பட்டிருக்கின்றன" என்கிறார் ஆஸ்ரா கர்க்.

ஜூனியர் விகடன், நவம்பர் 2012.

தர்மபுரிக்குப் பின் - காதலின் பெயரால் சாதியக் கொலைகள் - பாலியல் வன்கொடுமைகள்

செல்வி வீட்டினுள் அமர்ந்து காய் நறுக்கிக் கொண்டிருக்கிறார். திடுமென்று உள்ளே நுழைந்த கும்பல் ஒன்றைப் பார்த்து அதிர்ந்து எழுந்து நிற்கிறார். கும்பலில் ஒருவரைப் பார்த்ததும் அவருக்கு அதிர்ச்சியாக இருக்கிறது. அவர் செல்வியின் சித்தப்பா. அந்தக் கும்பல் செல்வியை வலுக்கட்டாயமாக இழுத்துச் செல்கின்றது. மொத்த தெருவும் வேடிக்கை பார்க்க, செல்வியை தரதர வென்று இழுத்துக்கொண்டே சென்று வாகனத்தில் ஏற்றிக் கொண்டு செல்கிறார்கள். என்ன காரணம்? செல்வி ரெட்டியார் சமூகத்தைச் சேர்ந்தவர். அவரது கணவர் முத்து தலித் சமூகத்தைச் சார்ந்தவர். இருவரும் பெற்றோரை எதிர்த்துக்கொண்டு திருமணம் செய்துகொண்டு வெளியூரில் தலைமறைவாக குடும்பம் நடத்தி வந்தனர். அவர்கள் வாழும் இடத்தைத் தெரிந்துகொண்ட செல்வியின் குடும்பத்தினர் அவரை இழுத்துச் சென்று வேறொரு ஊரில் உறவினர் வீட்டில் அவரை வைத்தனர். மனைவியை அழைத்துச்செல்ல தனியாக வரும்படி முத்துவுக்கு அழைப்பு விடுத்தனர் செல்வியின் உறவினர்கள். சூழ்ச்சியை உணர்ந்துகொண்ட முத்து நீதிமன்றத்தில் ஆள்கொணர்வு மனுவை அளிக்கிறார். நீதிபதியின் உத்தரவின் பேரில் செல்வியின் பெற்றோர் அவரைக் கொண்டு வந்து நீதிமன்றத்தில் ஒப்படைத்தனர். ஆனால் வருவதற்குமுன் "நான் இஷ்டப்பட்டுத்தான் பெற்றோருடன் சென்றேன். முத்துவுடன்

வாழ விரும்பவில்லை'' என்றுதான் சொல்லவேண்டும் என்று மிரட்டி அழைத்துவந்தனர். செல்வியோ நீதிமன்றத்தில் 'கணவருடன் செல்லவே விருப்பம்' என்று கூறிவிட நீதிபதியின் உத்தரவின்பேரில் மீண்டும் அவர் கணவருடன் சேர்ந்தார். அவர் கழுத்தில் இருந்த நகைகளை எல்லாம் கழற்றிக்கொண்டு 'தொலைந்துபோ' என்று அனுப்பிய பெற்றோர் நீதிமன்றம் வரை விஷயம் சென்றுவிட்டதால் இனி எதுவும் செய்யமுடியாது என்று விட்டுவிட்டனர். இது விழுப்புரம் மாவட்டத்தில் நடந்தது. இருவரையும் கொல்லவே திட்டம் தீட்டப்பட்டதாக முத்து கூறுகிறார். முத்து புத்திசாலித்தனமாக ஆள்கொணர்வு மனு அளித்ததால் அவரது உயிரும், செல்வியின் உயிரும் தப்பித்தன. இப்படியான தப்பித்தல்கள் எப்போதும் சாத்தியம் இல்லை என்கின்றன அண்மைய சம்பவங்கள்.

சாதியின் பெயரால் நிகழும் படுகொலைகள் அண்மையில் அதிகரித்துள்ளன. பொதுவாக கௌரவக் கொலைகளில் பெண் களை கொல்லுவதே வழக்கம். ஆனால் தற்போது ஆதிக்க சாதியைச் சேர்ந்த பெண்ணும், தலித் சமூகத்தைச் சேர்ந்த ஆணும் காதலித்தால், பெண் வீட்டாரால் ஆண் கொல்லப்படுவதாக இது மாறி இருக்கிறது. இதற்கு சேத்தியாத்தோப்பு சென்னிநத்தம் கோபாலகிருஷ்ணனின் மரணமே சான்று. கோபாலகிருஷ்ணன் என்கிற சீமான் பி.காம் இரண்டாமாண்டு மாணவர். அவருக்கும் உடன் பயின்ற துர்காவுக்கும் காதல். துர்கா வன்னிய சாதியைச் சேர்ந்தவர். இரவு 7 மணிக்கு மின்சாரம் இல்லாமல் ஊர் இருட்டாக இருந்ததால் துணைக்கு வீடுவரை வருமாறு துர்கா கோபாலகிருஷ்ணனை அழைக்க, அவரும் தெருமுனை வரை துணைக்குச் சென்றிருக்கிறார். இதைப் பார்த்துவிட்ட துர்காவின் குடும்பத்தினர் அவரை அடித்ததை துர்கா பார்த்திருக்கிறார். "அவராக வரவில்லை. நான் தான் துணைக்கு அழைத்துவந்தேன். என் வீட்டில் அவரைப் பார்த்துவிட்டதால், அவரைத் தாக்கத் தொடங்கினார்கள். அதன்பின் என்ன நடந்தது என்பது எனக்குத் தெரியாது" என்று துர்கா காவல்துறையினரிடம் தெரிவித்திருக் கிறார். இனி கோபாலகிருஷ்ணனின் தாய் வனசுந்தரியின் வார்த்தைகளில்...

"என் மகனைக் காணலை. நைட்டு வரலைன்னதும், சர்க்கரை ஆலைக்கு வேலைக்குப் போயிருப்பான்னு நெனைச்சேன். அவன் செலவுக்கு அவன் சொந்தமாக சம்பாதிச்சுக்கிட்டான். நான் வயக்காட்டுக்கும்,கட்டட வேலைக்கும் போறவ.பெத்தவங்களைக்

கஷ்டப்படுத்தக்கூடாதுன்னு அவனே காலைல காலேஜுக்குப் போயிட்டு, நைட் ஷிப்ட் சர்க்கரை ஆலைக்கும் போவான். அன்னைக்கும் அப்படித்தான் போனான்னு நெனைச்சேன். மறுநாள் காலையிலையும் வரலை. அதனால சந்தேகமாச்சு. எல்லா இடத்துல தேடியும் கிடைக்கலை. அன்னிக்குப் பூரா பார்த்துட்டு, மறுநாள் போலீஸ்ல புகார் குடுக்கப்போனப்போ, என் புகாரை போலீஸ்ல வாங்கலை. எங்கேயாவது இருப்பான் தேடுன்னு சொன்னாங்க. அப்புறம் என் வீட்டுக்காரர் மத்த ஆளுங்களை அழைச்சுக்கிட்டு போனப்போ" என்றவரை இடை மறித்தார் கோபாலகிருஷ்ணனின் தந்தை மாயகிருஷ்ணன். "நான் போனப்போ போலீஸ் என்கிட்ட 'இப்பத்தான் புகார் குடுக்க வர்றியா? கோபாலகிருஷ்ணன் அப்பாதானே'ன்னு கேட்டாங்க? அவங்களுக்கு எப்படித் தெரியும். என் புள்ள காணாம போனது. ஏற்கனவே அவனை கொலை பண்ணின விஷயம் போலீஸுக்குத் தெரிஞ்சிருக்கு. ஆனா ஒண்ணுமே சொல்லலை. 8 நாள் கழிச்சு புள்ளையை வயக்காட்டுல சேறு பூசி மறைச்சு வைச்சிருந்ததைக் கண்டுபிடிச்சோம். போலீஸுக்கும் கொன்னவங்களுக்கும் கள்ளக்கூட்டு இருக்கு" என்றார்.

"புள்ள கழுத்துல வெட்டியிருந்தாங்க. முதுகெல்லாம் வெட்டுக்காயம் இருந்துச்சு. கழுத்து காயத்துலேர்ந்து புழுவா கொட்டுச்சு" சொல்லும்போதே கண்ணீர் விட்டார் வனசுந்தரி. "அவங்க என் தம்பியை மட்டும் கொல்லலை. ஒரு குடும்பத்தையே அழிச்சிட்டாங்க. அவன் தான் ஒரே பையன். நாங்க மூணு பொண்ணுங்க. நான் எம்.எஸ்.சி படிக்கிறேன். படிச்சிட்டு ரெண்டு வருஷம் வேலைபார்த்து குடும்பத்துக்குக் கொடுத்துட்டு கல்யாணம் பண்ணிக்கலாம்னு நினைச்சிருந்தேன். ஆனா நான் இனிமே கல்யாணத்தைப் பத்தியெல்லாம் யோசிக்க முடியாது. ரெண்டு தங்கச்சியை கல்யாணம் பண்ணிக்குடுக்கணும்" என்றார் அவரது சகோதரி பார்வதி. பெற்றோரைப் பொருத்தவரை கோபாலகிருஷ்ணன் காதலித்தார் என்பதையே நம்பமறுக் கிறார்கள். ஆனால் பார்வதியோ "என் தம்பி காதலிச்சதா ஃபிரண்ட்ஸ் சொல்றாங்க. அப்படியே காதலிச்சிருந்தால் அதிலென்ன தப்பு? இந்தக் காலத்துல யாரு காதலிக்கலை? அதுக்காக வெட்டுவாங்களா? இதுக்கெல்லாம் காரணம் ராம தாஸும் காடுவெட்டி குருவும்தான். போற இடத்துல எல் லாம் காதலிக்கிறவங்களை சும்மா விடாதீங்கனு பேசிப்பேசி உசுப்பேத்துறாங்க. இந்தப் பேச்சைக் கேட்டுத்தான் அந்தப்

பொண்ணு வீட்ல என் தம்பியைக் கொன்னுட்டாங்க” என்று அழுகையுடன் வெடிக்கிறார் பார்வதி. இப்படி பலரின் கண்ணீருக்கும் பின்னால் பெரிய கதை இருக்கிறது. ஒவ்வொரு இழப்பிற்கும் பின்னால் சாதிய வன்மம் இருக்கிறது. துர்காவின் தந்தை ரவி, அவருடைய பாட்டி ஆகியோர் கைது செய்யப்பட்டிருக்கின்றனர்.

விழுப்புரம் பள்ளிநேலியனூரைச் சேர்ந்த கோகிலா பறையர் வகுப்பைச் சேர்ந்த தலித் பெண். அவருடைய கணவர் கார்த்திகேயன் அருந்ததியர் இனத்தைச் சேர்ந்த தலித் இளைஞர். இருவரும் யாருக்கும் தெரியாமல் திருமணம் செய்துகொண்டு அவரவர் வீட்டில் வாழ்ந்தனர். “அவங்களுக்கு எங்க காதல் தெரிஞ்சு வேற மாப்பிள்ளை பார்க்க ஆரம்பிச்சாங்க. அருந்ததியனுக்குப் பொண்ணு குடுக்க மாட்டோம்னு சொன்னாங்க. ஆனா கோகிலா பிடிவாதமா இருந்தா. ஒருநாள் திடீர்னு போன் பண்ணி வீட்ல கல்யாணத்துக்கு ஒத்துக்கிட்டாங்க. நாளைக்கு வீட்டுக்கு வந்து பொண்ணு கேளுன்னு சொன்னா. நானும் சந்தோஷமா தூங்கப் போனேன். ஆனா விடியறதுக்குள்ள அவ உயிரோட இல்லை. 11 மணி போல அவ கத்திக்கிட்டே வீட்டுக்கு வெளியே ஓடி வந்ததை அவங்க தெருவுல இருந்தவங்க பார்த்ததா என்கிட்ட சொன்னாங்க. அவ விஷம் குடிச்சதா அவங்க வீட்ல சொல்றாங்க. ஆனா அதுக்கு வாய்ப்பில்லை. அவளோட சொந்தக்காரங்களும் அம்மா அப்பாவும் இந்தக் கொலையை மறைக்கிறாங்க” என்று குற்றம் சாட்டும் கார்த்திகேயன் திருமணம் செய்துகொண்டதற்கான பதிவு சான்றிதழைக் காண்பிக்கிறார். வழக்கறிஞர் லூசி இந்த விஷயத்தை கையிலெடுத்துப் போராடி வருகிறார். அவருக்கும் மிரட்டல்கள் வந்தவண்ணம் இருப்பதாக லூசி கூறினார்.

கொல்வது ஒருவகை என்றால், தற்கொலைக்குத் தூண்டுவது இன்னொரு வகை. விழுப்புரம் மாவட்டத்தில் உள்ள எம்.குன்னத்தூரைச் சேர்ந்த தலித் இளைஞர் கண்ணனுக்கும் கிளாப்பாளையத்தைச் சேர்ந்த வன்னியப் பெண் கற்பகத்துக்கும் காதல். செங்கல்சூளையில் வேலை செய்யும்போது இருவருக்கும் காதல் பிறந்தது. காதல் விவகாரம் வீட்டுக்குத் தெரியவரவே, அவர்கள் இருவரும் வெளியூருக்குத் தப்பிவிட்டனர். திருமண ஏற்பாடுகள் செய்துகொண்டிருந்தபோது, உள்ளூரில் தங்கள் பெண்ணைக் கடத்திவிட்டதாக கண்ணன்மீது புகார் கொடுத்தனர் கற்பகத்தின் பெற்றோர். கண்ணனின் நெருங்கிய உறவினரைப்

பிடித்து போலீஸ் ஸ்டேஷனில் வைத்து விசாரிக்கும்போது பார்த்து கண்ணன் அவருக்கு செல்பேசியில் அழைக்க அதன் மூலம் அவர்கள் இருக்குமிடத்தை அறிந்துகொண்டனர். அவர் கள் இருவரையும் பிடித்துவந்து காவல் நிலையத்தில் வைத்துப் பஞ்சாயத்து செய்து பிரித்து அனுப்பிவிட்டனர். "என் அண்ணன் வீட்டுக்கு வராமல் நேரா செங்கல்சூளைக்குப் போறதுக்கு பஸ் ஏறிடுச்சு. திருக்கோவிலூர் போனப்போ போன் போட்டு, செங்கல் சூளைக்கா போறே? அங்கே மேஸ்திரி எல்லாம் எங்க சாதிதான். உன்னை அங்கேயே போட்டுத் தள்றோம்னு கற்பகம் வீட்ல மிரட்டினதால் அண்ணன் பஸ்ஸை விட்டு இறங்கி அப்படியே வீட்டுக்கு வந்துருச்சு. அண்ணன் அழுது அன்னிக்குத்தான் பார்த்தேன். நைட்டெல்லாம் அழுதுது. வீட்டுக்கு எதிர்ல இதோ இருக்கு பாருங்க..இந்த ரூம்லதான் அண்ணன் படுத்திருந்துச்சு. காலைல கதவைத் திறக்கலை. இதோ இந்த சன்னல் வழியா பார்த்தோம். இதோ இந்த ஃபேன்லதான் தூக்கு போட்டுத் தொங்குச்சு'' என்று காண்பிக்கிறார் கண்ணனின் தங்கை கௌரி. இதுகுறித்து எந்த பிரக்ஞையும் இல்லாமல் தன் வேலையைப் பார்த்துக்கொண்டே இருக்கும் லோகம்பாளைப் பார்த்து பெருமூச்சுடன் சொல்கிறார் "அதுக்கு மனநிலை பாதிக்கப்பட்டிருக்கு. அதுக்கு ஒண்ணும் தெரியாது" என்கிறார் கௌரி. தற்போது தற்கொலைக்குத் தூண்டியதாக வழக்கு பதிவாகி இருக்கிறது. கற்பகத்தின் எண்ணை எப்போது தொடர்பு கொண்டாலும் அணைத்து வைக்கப்பட்டிருக்கிறது. எண் மட்டுமல்ல, அவர்களின் காதலும்தான்.

காதலிப்பவர்களைக் கொல்வது ஒரு வகை. காதலர்கள் தப்பிவிட்டால் அகப்பட்ட நண்பர்களைக் கொல்வது இன் னொரு வகை. காந்தளவாடி கிராமத்தைச் சேர்ந்த பிரியா பண்ருட்டியில் உறவினர் வீட்டில் தங்கி கல்லூரியில் படித்துக் கொண்டிருக்கிறார். பிரியாவின் பள்ளிக்காலத்து நண்பர்களான சிவகண்ணனும் சரண்யாவும் காதலர்கள். சிவகண்ணனும் பிரியாவும் தலித் சமூகத்தைச் சேர்ந்தவர்கள். ஒரே ஊர். சரண்யா செருவத்தூரைச் சேர்ந்த வன்னிய பெண். சிவகண்ணனும் சரண்யாவும் காதலுக்காக ஊரைவிட்டு வெளியேறிவிட, அவர்கள் எங்கே என்று தேடத்தொடங்குகிறது சரண்யாவின் குடும்பம். "நீதானே அவர்களுக்குத் தோழி. எங்கே போனார்கள் என்று உனக்குத் தெரியாதா?" என்று பிரியாவை தொடர்ந்து செல்போன் மூலம் நச்சரிக்கிறார்கள். அவருக்கு நிஜமாகவே

தெரியாததால் தெரியவில்லை என்கிறார். “இதை நம்பாம எங்க வீட்டுக்கு வந்து விசாரிச்சாங்க . அவளை செல்போன்ல மிரட்டினதாவும் சொன்னா. இதெல்லாம் நடக்கும்போது காலேஜுக்கு ஸ்டடி ஹாலிடேஸ் விட்டிருந்தாங்க. அதனால் வீட்லயே இருந்தா. ஹால்டிக்கெட் வாங்க காலேஜுக்கு போக வேண்டி இருந்துச்சு. எப்பவும் ஃபிரண்ட்ஸோட இருக்குற பிரியா ஒவ்வொருத்தரும் ஹால் டிக்கெட் வாங்க ஒவ்வொரு நேரத்துல வந்ததால அவ அன்னிக்கு தனியா இருந்தா. அவ காலேஜ் காம்பவுண்ட்டை விட்டு வெளியே வந்ததை பார்த்திருக்காங்க. அப்புறம் காணலை. நாங்க தேடாத இடமில்லை. மனசுக்கு ஏதோ தப்பா தோணிக்கிட்டே இருந்துச்சு. காலேஜ்லேர்ந்து ஏழு கிலோமீட்டர் தள்ளி இருக்கிற ஒரு குளத்துகிட்ட வாக்கிங் போனவங்க சில பேர் அவளோட பை ரோட்ல கிடந்ததைப் பார்த்து தகவல் சொன்னாங்க. சந்தேகப்பட்டு குளத்தைப் பார்த்தோம். பிணமா மிதந்துக்கிட்டு இருந்தா. உடம்பெல்லாம் காயம். ஆனா அவ தற்கொலை செஞ்சுக்கிட்டதா போலீஸ் சொன்னது. அந்தக் குளத்தில் கழுத்தளவுதான் தண்ணி இருக்கு. அதுக்குள்ள போய் தற்கொலை செஞ்சுக்க நீச்சல் தெரிஞ்ச பிரியா முடிவு பண்ணியிருக்கமுடியுமா?” என்கிறார் ப்ரியாவின் சகோதரர் மோகன் தாஸ். நெல்லிக்குப்பம் காவல்துறை ஆய்வாளர் குருமூர்த்தியை தொடர்புகொண்டபோது “சிபிசிஐடி விசாரணை கேட்டு போராட்டம் பண்ணினாங்க. அதனால் சிபிசிஐடிக்கு பரிந்துரை பண்ணியிருக்கு. இதுக்கு மேல் இந்தக் கேஸ் பத்தி நான் எதுவும் சொல்வதற்கில்லை” என்றார்.

இதுவரை நாம் பார்த்த காதல்களில் எல்லாமே ஆண்கள் தலித்துகளாகவும் பெண்கள் ஆதிக்க சாதியினராகவும்

கோபாலகிருஷ்ணன்

கோபாலகிருஷ்ணனின் உடல் கண்டெடுப்பு

இருந்தனர். இந்தக் காதலில் சிட்டாம்பூண்டியைச் சேர்ந்த காவேரி தலித் பெண். வெங்கத்தூரைச் சேர்ந்த நாராயணமூர்த்தி என்கிற சிவா வன்னியர். இவர்கள் காதலித்து ஊரைவிட்டுச் சென்று திருமணம் செய்துகொண்டனர். ஒருவாரம் கழித்து ஊர் திரும்பிய காவேரியை வீட்டில் சந்தேகப்பட்டு கேட்டபோது அவர் தோழியின் வீட்டுக்குச் சென்றிருந்ததாகச் சொல்லியிருக்கிறார். ஆனால் சிவா வந்து அழைக்கவே அதன்பின் விஷயம் தெரிந்து சீர் செனத்தியுடன், நகைகளுடன் பெண்ணை மாப்பிள்ளையுடன் அனுப்பி வைத்திருக்கிறார்கள். திருவண்ணாமலையில் பொறியியல் கல்லூரியில் படிக்கும் சிவாவும் காவேரியும் தனிக்குடித்தனம் போனார்கள். “என் மக நல்லா வாழ்வான்னு நெனைச்சேன். ஆனா எப்பவும் சாதிசொல்லித் திட்டிக்கிட்டே இருந்துருக்காங்க. பையனோட அம்மா மச்சவல்லி எப்பவும் பையன்கிட்ட இவளோட சாதியைச் சொல்லி திட்டுறதும் உடனே அந்தக் கோபத்தையெல்லாம் இவ மேல் காட்டுறதுமா போயிருக்கு வாழ்க்கை. அடிதடி ரகளையெல்லாம் நடந்துருக்கு. என் பையன் சபரிமலைக்கு மாலை போட்டான். அதுக்கு வரச் சொல்லி காவேரிக்கு சொல்லி அனுப்பிச்சோம். இங்கே வர கிளம்பினப்போ, உன் சாதிசனம் கூட பேச்சு வச்சுக்கக்கூடாது, அங்கே போகக்கூடாதுன்னு சொல்லித் தடுத்திருக்காங்க. ஆனா அவ கேட்காம கிளம்பி இருக்கா. அடிச்சிருக்காங்க. இதெல் லாம் அப்புறமாத்தான் தெரியும் எங்களுக்கு. திண்டிவனத்துல இருக்குற டாக்டர் ராமதாஸ் ஆஸ்பத்திரியில அவ பிணம் கெடக்குறதா சொன்னாங்க. போய்ப் பார்த்தோம். விஷம் குடிச் சிருக்கான்னு சொன்னாங்க. அதுக்கு வாய்ப்பே இல்லை. அவ உடம்பெல்லாம் கீறலும் காயமுமா இருந்துச்சு. இவங்கதான் ஏதோ பண்ணிட்டாங்க” என்று குற்றம்சாட்டுகிறார் காவேரி யின் தாய் கண்ணகி. ஆனால் காவேரியின் கணவர் சிவாவைத் தொடர்புகொண்டபோது அவரது மாமா பொன்னுசாமி “அவங்க சொல்றது பொய். காவேரிக்கு அங்கே போக விருப் பம் இல்லை. ஆனா அவங்க அண்ணன் வரச்சொல்லி டார்ச்சர் பண்ணினதால விஷம் சாப்பிட்டுருச்சு. நாங்க பார்த்து ஆஸ்பத் திரிக்குத் தூக்கிட்டுப் போறதுக்குள்ள உயிர் போயிருச்சு. மத்தபடி எதுவும் கிடையாது” என்று மறுக்கிறார். தற்கொலைக்குத் தூண் டியதாக இப்போது வழக்கு போடப்பட்டிருப்பதாக பெரிய தச்சூர் காவல்துறை ஆய்வாளர் குமார் தெரிவித்தார்.

தமிழகம் முழுதும் காதல் கொலைகளும், தலித் பெண்கள் மீதான வன்கொடுமைகளும் அதிகரித்துள்ளதாக ஆய்வுகள்

கண்ணன்   காவேரியின் குடும்பத்தினர்

பிரியா   பிரியாவின் உடல் கண்டெடுக்கப்பட்ட குளம்

தெரிவிக்கின்றன. அதன் ஒரு சோறு பதமாகவே விழுப்புரம் மாவட்டத்தைப் பார்க்க வேண்டியுள்ளது. வடமாவட்டங்களில் செல்வாக்குடன் இருக்கும் வன்னிய சமூகத்தினர்தான் காவல்துறை உட்பட அரசுத் துறைகளில் அதிகமாக இருக்கிறார்கள். ஆகவே தலித்துகளுக்கு உரிய நீதி கிடைப்பதில்லை. தலித் அமைப்புகளை அணுகி அவர்கள் மூலம் போராட்டம் நடத்தினால்தான் பல இடங்களில் வழக்குகளே பதிவு செய்யப்படுகின்றன. வடமாவட்டங்களில் நிலைமை இப்படியென்றால் தென்மாவட்டங்களில் தேவர்களின் ஆதிக்கமும், மேற்கு மாவட்டங்களில் கவுண்டர்களின் ஆதிக்கமும் கோலோச்சுகின்றன.

காதல் திருமணங்களுக்கு எதிராக தலித் அல்லாத சாதிகளைக் கொண்டு ராமதாஸ் கட்ட நினைத்த கூட்டணியின் தற்போதைய நிலை என்ன? வன்னியர்களை உள்ளடக்கிய பாட்டாளி மக்கள் கட்சியின் தலைமையில் அனைத்து சமுதாயப் பேரியக்கத்தின் கூட்டங்கள் கூட்டப்படுகின்றன. ஜனவரி 21 அன்று கோவையில்

நந்தினி என்கிற கல்லூரி மாணவி கொல்லப்பட்டார். கவுண்டர் சமுதாயத்தைச் சேர்ந்த அவர் ஒரு வன்னிய இளைஞரை காதலித்ததால் கொல்லப்பட்டதாக செய்திகள் வெளியாகின. இந்தச் சம்பவத்தில் வன்னியர்களை கவுண்டர்கள் குற்றம் சாட்டுகிறார்கள். எந்த 'நாடகக் காதல்' மூலம் தலித் இளை ஞர்கள் வன்னியப் பெண்களை ஏமாற்றுகிறார்கள் என்று ராமதாஸ் குற்றம் சாட்டினாரோ அதே 'நாடகக் காதல்' என்கிற அஸ்திரம் இன்றைக்கு இந்தச் சம்பவத்தில் வன்னிய இளைஞர் மீது ஏவப்படுகிறது. சமூக அடுக்கில் தன் சாதிக்குக் கீழ் உள்ள ஒரு சாதியை ஏற்றுக்கொள்ளாத மனநிலைக்கான உதாரணம் இது. ராமதாஸ் கூட்டும் அனைத்து சமுதாய பேரியக்கத்தின் தலைமையை தற்போது ராமதாஸ்தான் அலங்கரிக்கிறார். ஆனால் மிகவும் பிற்படுத்தப்பட்ட வகுப்பில் இருக்கும் வன்னிய சமுதாயத்தின் தலைவரை, மற்ற சாதிகள் ஏற்றுக்கொள்ளாது என்பதற்கு சாட்சியாக அவர்களின் செய்தியாளர் சந்திப்பிலேயே அவர்களுக்கு இடையேயான போட்டி வெளிப்பட்டது. இன் றைக்கு மூன்றாகப் பிரிந்துவிட்டது ராமதாஸ் கட்டிய கூட்டணி. பொங்கலூர் மணிகண்டனும் நகைமுகனும் இணைந்து தலித் அல்லாதோர் பாதுகாப்புப்பேரவை என்கிற பெயரில் தனி அமைப்பு தொடங்கிவிட்டனர். குமார ரவிக்குமாரும் ராமதாஸுடன் இல்லை. ஆக ராமதாஸின் அனைத்து சமுதாய பேரியக்கம் கல கலத்துப் போயிருக்கிறது.

ராமதாஸ் 2014 நாடாளுமன்றத் தேர்தலுக்காகவே இப்படி தலித் அல்லாதோர் வாக்குகளைத் திரட்ட திட்டமிட்டார் என்று குற்றம் சாட்டுகிறார் தொல்.திருமாவளவன். ஆனால் ராமதாஸோ ஆகாயம் — பூமி உள்ளவரை திராவிடக் கட்சி களுடன் கூட்டணி கிடையாது என்று ஏற்கனவே அறிவித் திருக்கிறார். “எதைச் செய்ய மாட்டேன் என்று சொல்கிறாரோ அதைச் செய்வதுதான் இதுவரை ராமதாஸைப் பொருத்தவரை நடந்திருக்கிறது. ஆகவே பொறுத்திருந்து பாருங்கள்” என்கிறார் தொல்.திருமாவளவன்.

ராமதாஸ் அரசியல் நடத்த பல உயிர்கள் பலியாக வேண் டுமா என்பதே இப்போது எழும் முக்கிய கேள்வி. “தர்மபுரி சம்பவத்திற்குப் பின்னே கௌரவக் கொலைகளுடன் தமிழகத்தில் தலித் பெண்கள் மீதான பாலியல் வன்கொடுமைத் தாக்குதல்களும் அதிகரித்திருக்கின்றன” என்கிறார் எவிடன்ஸ் கதிர். “தர்மபுரியில் வன்முறையாளர்களால் அராஜகச் செயல்கள்

அரங்கேறிய நவம்பர் 7க்குப் பின்னான நிகழ்வுகளால் மீண்டும் அவர்கள் இருண்ட காலத்துக்குத் தள்ளப்பட்டிருக்கிறார்கள். இது அபாய அறிவிப்பு. தூங்கும் எரிமலையை வெடிக்கச் செய்யும் வேலையை யாரும் செய்யக்கூடாது. தலித் சமூகத்தின் மீதான வன்கொடுமைகளைத் தடுக்க வேண்டிய பொறுப்பு நம் அனை வருக்கும் இருக்கிறது" என்கிறார் ம.தி.மு.க. பொதுச் செயலாளர் வைகோ.

சி.பி.எம். கட்சியின் மாநிலச் செயலாளர் ஜி.ராமகிருஷ்ணன் இந்தியா டுடேயிடம் "சாதிமறுப்பு திருமணம் செய்வதை எதிர்ப்பது என்பது தீண்டாமையின் இன்னொரு வடிவம். ராமதாஸின் பிரசாரம் தீண்டாமையையும் கௌரவக் கொலை களையும் ஊக்குவிக்கிறது. இவை தடுத்து நிறுத்தப்படவேண்டும். பொதுவான கொலை வழக்கே கௌரவக் கொலைகளிலும் போடப்படுகிறது. அப்படியல்லாமல் இதற்கென்றே தனிச்சட்டம் இயற்றப்படவேண்டும். குற்றம் சாட்டப்பட்டவர் தான் அந்தக் கொலையைச் செய்யவில்லை என்று நிரூபிக்க வேண்டும் என்கிற வகையில் அந்தச் சட்டம் இருக்க வேண்டும்" என்றார்.

பா.ம.க. தரப்பில் இதற்கு என்ன பதில் என்று அறிய ராமதாஸை தொடர்புகொண்டபோது மின்னஞ்சலில் கேள்வி களை அனுப்பச் சொல்ல, அப்படி அனுப்பியும் பதில் ஏதும் கிடைக்கவில்லை. தலித்துகளுக்கு எதிரான மனநிலையை கிளறி விடுவதன் மூலம் சமூகத்தின் சமன் குலைவதை சமுதாய அக்கறை கொண்டோர் கவலையுடன் பார்க்கின்றனர். அரசியல் இயக்கங்கள் எதிர்ப்புகளை ஜனநாயகரீதியாகத் தெரிவிக்கின்றன. ஆனாலும் போன உயிர்கள் திரும்பி வருமா?

இணைப்பு

தர்மபுரி சம்பவத்திற்குப் பின் தமிழகத்தில் நடைபெற்று வரும் கௌரவக் கொலைகளும் தலித் பெண்கள் மீதான தாக்குதல்— களும்:

1. சென்னிநத்தத்தில் கோபாலகிருஷ்ணன் என்கிற தலித் இளைஞர் வெட்டிக் கொல்லப்பட்டார் (விவரம்: கட்டுரையின் உள்ளே).

2. காந்தளவாடி பிரியா கொலை செய்யப்பட்டார் (விவரம்: கட்டுரையின் உள்ளே).

3. கோகிலா கௌரவக் கொலை செய்யப்பட்டார் (விவரம்: கட்டுரையின் உள்ளே).

4. சிட்டாம்பூண்டி காவேரி மர்மமான முறையில் இறந்தார் (விவரம்: கட்டுரையின் உள்ளே).

5. எம்.கண்ணனூரைச் சேர்ந்த கண்ணன் தற்கொலைக்குத் தள்ளப்பட்டார் (விவரம்: கட்டுரையின் உள்ளே).

6. கோவையைச் சேர்ந்த நந்தினி கௌரவக் கொலை செய்யப்பட்டார் (விவரம்: கட்டுரையின் உள்ளே).

7. வேலூர் அருகே தலித் பெண் ரோசி கந்தன் என்கிற சாதி இந்துவை காதல் திருமணம் செய்துகொண்டார். கந்தனின் குடும்பத்தினரால் ரோசி 15.12.2012 அன்று தீ வைத்து எரித்து கொலை செய்யப்பட்டுள்ளார்.

8. திருவள்ளூர் அருகே மெதூர் கிராமத்தில் நந்தினி என்கிற சாதி இந்துப் பெண் தலித் இளைஞரான பிரவீனை காதலித்து வந்தார். நந்தினியின் உறவினர்கள் 17.01.2013 அன்று நந்தினியை அடித்து சித்திரவதை செய்து அவரது கழுத்தை அறுத்துள்ளனர். படுகாயமடைந்த நந்தினி சிகிச்சை எடுத்துவருகிறார். இது குறித்து கும்மிடிப்பூண்டி காவல்நிலையத்தில் வழக்கு பதிவு செய்யப்பட்டது.

9. திருவாரூர் மாவட்டம் மன்னார்குடி பகுதியைச் சேர்ந்த தலித் பெண் இளையநிலாவும் அவரது காதலரும் பேசிக்—கொண்டிருந்தபோது 18.12.2012 அன்று அப் பகுதியைச் சேர்ந்த சாதி இந்துக்கள் அவரது காதலனை கடுமையாகத் தாக்கி இளையநிலாவின்மீது பாலியல் பலாத்காரத்தை பிரயோகிக்க முயன்றுள்ளனர். மன்னார் குடி காவல் நிலையத்தில் வழக்கு பதிவு செய்யப் பட்டுள்ளது.

10. கடலூர் மாவட்டத்தில் உள்ள சம்பந்தம் காலனி கிரா மத்தைச் சேர்ந்த தலித் பெண் சந்தியா சிதம்பரத்தில் உள்ள புகைப்பட ஸ்டுடியோ ஒன்றில் பணிபுரிந்து வந்தார். ஸ்டுடியோவின் உரிமையாளர் 25.12.2012 அன்று பாலியல் வன்புணர்வுக்கு முயன்று கொலை செய்துள்ளார் என்று சந்தியாவின் பெற்றோர் குற்றம் சாட்டுகிறார்கள்.

11. திருநெல்வேலி மாவட்டம் கருத்தபிள்ளையூர் கிராமத்தைச் சேர்ந்த தலித் பெண் 13 வயது ப்ரியா 17.01.13 அன்று மாலை சாதி கிறிஸ்துவரான சினியன் என்கிற 50 வயது நபரால் கொடூரமான முறையில் பாலியல் வன்முறைக்கு ஆளாக்கப்பட்டார். ஆழ்வார்க்குறிச்சி காவல் நிலையத்தில் வழக்கு பதிவு செய்யப்பட்டு குற்றவாளி கைது செய்யப்பட்டுள்ளார்.

12. நாமக்கல் மாவட்டம் பெரிய அய்யம்பாளையத்தில் வசித்துவரும் 18 வயது தலித் பெண் கஸ்தூரியை கடந்த 30.12.2012 அன்று கிருஷ்ணன், குமார், சிவா ஆகிய மூன்று பேர் கொண்ட கும்பல் கடத்திச் சென்று சித்திரவதை செய்து பாலியல் வன்புணர்ச்சியில் ஈடுபட்டுள்ளனர். நல்லிப்பாளையம் காவல் நிலையத்தில் வழக்கு பதிவு செய்யப்பட்டுள்ளது.

13. கடலூர் மாவட்டம், குணமங்கலம் கிராமத்தைச் சேர்ந்த தலித் பெண் சுகந்தி 24.12.2012 அன்று அவரது உறவினர் பாக்யராஜுடன் விருத்தாசலம், மணிமுத்தாறு படித்துறையில் அமர்ந்து பேசிக்கொண்டிருந்தபோது 10க்கும் மேற்பட்ட சாதி இந்துக்களால் ஆடை கிழிக்கப்பட்டு மானபங்கப்படுத்தப்பட்டுள்ளார். பாக்யராஜ் மீது கடும் தாக்குதல் நடத்தப்பட்டது. விருத்தாசலம் காவல் நிலையத்தில் வழக்கு பதிவு செய்யப்பட்டுள்ளது.

14. செஞ்சி தும்பூர் காலனியைச் சேர்ந்த ரீட்டாராணி என்கிற தலித் பெண், மணிமாறன் என்கிற சாதி இந்துவை காதலித்தார். மணம் செய்துகொள்வதாக வாக்குறுதியளித்து ரீட்டாராணியை தன் பாலியல் தேவைக்கு பயன்படுத்திக்கொண்டார். இது குறித்து செஞ்சி காவல் நிலையத்தில் வழக்கு பதிவு செய்யப்பட்டுள்ளது.

15. கடலூர் மாவட்டம், பென்னடத்தைச் சேர்ந்த தலித் பெண் சத்யாவை, ஆடலரசன் என்கிற சாதி இந்து 2.2.2013 அன்று பாலியல் பலாத்காரம் செய்திருக்கிறார். பென்னடம் காவல் நிலையத்தில் வழக்கு பதிவு செய்யப்பட்டுள்ளது.

16. பென்னேரி பகுதியில் வசிக் கும் தலித் சிறுமி ரேவதியை சாதி இந்துவான 52 வயது ஜெயசீலன் 26.01.13 அன்று

கடத்திச் சென்று கொடூரமான முறையில் பாலியல் வன்புணர்வுக்கு ஆளாக்கியுள்ளார். சோழவரம் காவல் நிலையத்தில் வழக்கு பதிவு செய்யப்பட்டுள்ளது.

பிரியாவின் தாய்

17. சேரன்மகாதேவி பகுதியைச் சேர்ந்த 16 வயது தலித் சிறுமி இசக்கியம்மாளை சாதி இந்துவான ஞானதுறை கடந்த 17.01.2013 அன்று கடத்திச் சென்று கடுமையாக சித்திரவதை செய்து பாலியல் வன்புணர்ச்சியில் ஈடுபட்டுள்ளார். சேரன்மகாதேவி காவல்நிலையத்தில் வழக்கு பதிவு செய்யப்பட்டது.

18. சேலத்தில் 16 வயது தலித் சிறுமி தீபா என்பவரை கடந்த 16.01.2013 அன்று சாதி இந்துக்கள் இரண்டு பேர் கட்டி வைத்து சித்திரவதை செய்து பாலியல் பலாத்காரத்தில் ஈடுபட்டுள்ளனர். இதுகுறித்து பள்ளப்பட்டி காவல்நிலையத்தில் வழக்கு பதிவு செய்யப்பட்டுள்ளது.

கண்ணன் குடும்பத்தினர்

19.. திருவண்ணாமலை மாவட்டம், செய்யாறு பகுதியைச் சேர்ந்த தலித் பெண் ரஞ்சனியை சாதி இந்துவான சரவணன் அடித்துத் துன்புறுத்தி பாலியல் பலாத்காரத்தில் ஈடுபட்டுள்ளார். செய்யாறு அனைத்து மகளிர் காவல் நிலையத்தில் வழக்கு பதிவு செய்யப்பட்டுள்ளது.

இந்தியா டுடே, பிப்ரவரி 2013.

மரக்காணம் - சாதிய வன்முறை

கிழக்கு கடற்கரை சாலையில் சென்னைக்கும் பாண்டிச்சேரிக்கும் இடையே உள்ளது மரக்காணம். சாலையில் ஒரு பக்கம் உப்பளங்கள். மறு பக்கமோ கண்ணீர்க் கடலாக காட்சியளிக்கிறது இப்போது. மகாபலிபுரத்தில் நடந்த வன்னியர்களின் குடும்ப விழாவுக்கு வந்தவர்களால், மரக்காணம் கட்டையன் தெருவில் உள்ள குடும்பங்கள் இன்று குடியிருப்புகளையும், உடமை களையும் இழந்து நிற்கின்றன. பல்வேறு ஊர்களிலிருந்து சித்திரை முழுநிலவு விழாவுக்கு வந்தவர்கள் வழிநெடுக ஆடிய தாண்ட வத்தையும் செய்த அட்டகாசங்களையும் கிழக்கு கடற்கரை சாலை முழுவதும் காண முடிந்தது.

மகாபலிபுரம் அடையார் ஆனந்தபவன் ஹோட்டல் வாச லில் திருமாவளவன், ரெட்டைமலை சீனிவாசன், அம்பேத்கர் ஆகியோரின் படங்களுக்கு கரிபூசப்பட்டிருக்கிறது. இதைத்தான் ஜெயலலிதா சட்டமன்றத்தில் "தேசிய தலைவர்களின் படங்கள் அவமதிக்கப்பட்டுள்ளன" என்று குறிப்பிட்டார். புரட்சி பாரதம், விடுதலை சிறுத்தைகள் போன்ற தலித் கட்சிகளின் கொடிக்கம்பங்கள் வெட்டி சாய்க்கப்பட்டு, கல்வெட்டுகள் சிதைக்கப்பட்டுள்ளன. மகாபலிபுரம் கடற்கரை கோயிலின்மீது ஏறி நின்றுகொண்டு அங்கும் கொடிநாட்டியவர்களின் மேல் தொல்பொருள்துறையின் வழக்கு பாய்ந்திருக்கிறது. பிரதான

சாலையில் ஆங்காங்கே மரங்களின் உச்சிகளில் வன்னியர் சங்கக் கொடியும் பா.ம.க.வின் கொடியும் பறக்கின்றன. மரங்கள் பாவம். வழக்கு போட ஆளில்லை.

உச்சகட்டமாக குடியிருப்புகளின் மீது பெட்ரோல் குண்டுகளை வீசி தர்மபுரி பாணியில் தலித் மக்களின் வாழ்வாதாரத்தை சிதைக்கும் வேலையைச் செய்திருக்கிறார்கள். பாதிக்கப்பட்ட மரக்காணம் மக்களுக்கு, இதே பா.ம.க.வால் பாதிக்கப்பட்ட தர்மபுரி மாவட்டம் நத்தம் காலனி மக்கள் இரண்டு வண்டிகளில் திரண்டுவந்து பத்தாயிரம் ரூபாய் தொகையை அளித்ததை மரக்காணம் பகுதி பக்கள் நெகிழ்வுடன் தெரிவித்தார்கள். அடி பட்டவர்களுக்குத்தானே அதன் வலி புரியும்!

ஏப்ரல் 30 அன்று ஊர் எல்லையில் வந்த வைகோவை காவல் துறை உள்ளே விடாமல் அவர் திரும்பச் சென்றார். பிரதான சாலையில் காவல்துறை பாதுகாப்பு போடப்பட்டிருக்கிறது. நான் அங்கு சென்றபோது சாலையோரங்களில் கிடந்த மதுபாட்டில்களை காவல்துறையினர் அப்புறப்படுத்திக் கொண்டிருந்தனர். எரிக்கப் பட்ட வீடுகள் உள்ள கட்டையன் தெருவுக்கும் கிழக்கு கடற்கரை சாலைக்கும் இடையே 300 மீட்டருக்கு மரங்களும் புதர்களுமாக உள்ளன. 7 வீடுகள் தீக்கிரையாக்கப்பட்டிருக்கின்றன. இவர்களில் பெரும்பான்மையானவர்கள் அருகில் உள்ள உப்பளங்களில் வேலை செய்யும் கூலித் தொழிலாளர்கள். வாய்க்கும் வயிற்றுக்கும் இடையே அல்லாடும் வாழ்க்கை கொண்டவர்கள். இவர்கள் சந்தித்த வன்முறையின் குரூரம் இவர்களை அதிர்ச்சிக்குள் ளாக்கியிருக்கிறது. அரசு மூன்று வேளையும் உணவளிக்கிறது. ஆனால் வெட்டவெளியில்தான் படுத்துறங்குகிறார்கள். அரசு நிவாரணத் தொகை அளித்திருக்கிறது. பாடப்புத்தகங்கள், சான்றிதழ்கள், ஆவணங்கள் என்று எதுவும் மிஞ்சவில்லை.

உப்பளத்தில் வேலைசெய்யும் அஞ்சலை — நாராயணசாமி தம்பதியினர் “மெயின் ரோட்டில் இளநி குடிச்சிட்டு இருந் தாங்க. அங்கங்க வண்டிங்களை நிறுத்தி வைச்சிருந்தாங்க. திடீர்னு கொஞ்சம்பேர் வந்து இந்த புதருங்களுக்கு நடுவுல உட் கார்ந்து குடிச்சாங்க. அப்பவே ஏதாச்சும் நடக்கும்னு நாங்க பயந்தோம். நினைச்ச மாதிரியே நடந்துடுச்சு. எல்லாம் போச்சு. கண்ணெதுக்கே வீடு எரியுது. கால் பவுன் நகை, முப்பதாயிரம் பணம் சேர்த்து வச்சிருந்தோம். பித்தளை பாத்திரங்க, அண்டா தவளை... எல்லாம் போச்சு” என்கிறார்கள். இவர்கள் வீட்டுக்கு அருகிலேயே சிறிய அங்காளம்மன் கோயில் உள்ளது. அந்தக்

கோயிலைப் பார்த்துக்கொண்டு பக்கத்திலேயே ஒரு பெட்டிக்கடையும் நடத்தி வருகிறார் செல்லியம்மா. கடையில் உள்ள பொருட்கள், கோயிலில் உள்ள சிலைகள் என்று எதுவும் மிச்சமில்லை. "எங்க ஊரு பொம்பளைப் புள்ளைங்களை யெல்லாம் அசிங்கமா பேசுனாங்க..சாதிப்பேர் சொல்லித் திட்டி, அவங்க பேசுனதை சொல்லவே கூசுது" என்றார்.

தர்மபுரியில் நடந்ததுபோலவே இங்கும் பீரோ, அலமாரிகள் போன்றவற்றில் இருந்த பொருட்களை கொள்ளையடித்து, அதன்பின்னரே கொளுத்தி இருக்கிறார்கள். பெட்ரோல் குண்டு கள் வீசப்பட்டுத்தான் வீடுகள் கொளுத்தப்பட்டிருக்கின்றன. ஊர்மக்களின் தற்போதைய ஒரே கவலை கலைவாணன் குறித்துத்தான். "எரிக்கும்போது உதவிக்கு ஆளுங்களைக் கூப்பிட் டாருன்னு சொல்லி, "கூப்பிடுவியா கூப்பிடுவியான்னு கேட்டு அவர் நாக்கை இழுத்துவச்சு அறுத்துட்டாங்க. அவர் நாக்கில் மட்டும் 18 தையல் இருக்கு. தலையில் பட்ட அடியும் சேர்த்தா 48 தையல். சிறுமூளையில் பாதிப்புன்னு டாக்டருங்க சொல்றாங்க" என்கிறார் ஆறுமுகம். இத்தனைக்கும் கலைவாணனின் வீட்டை எரிக்கவில்லை. அடுத்த வீடு எரிகிறதென்று கூக்குரலிட்டவரால் இனி ஒழுங்காக பேச முடியுமா என்று தெரியவில்லை. இந்த நிலையிலும் தட்டுத்தடுமாறி நடந்தவற்றை விவரிக்க முயன்றார். பேசவேண்டாம் என்றபோதும் சைகையில் நடந்தவற்றை கூறினார்.

வீட்டைப் பறிகொடுத்த இன்னொரு தம்பதி முருகன் — நதினா. இவர்களுக்கு 5 பெண்கள். "கத்தி, மஞ்ச கலர் டீசர்ட் போட்டுட்டு வந்தாங்க. ஒரே ஆர்ப்பாட்டம். எல்லாரும் குடிச்சிருந்தாங்க" என்கிறார் நதினா. வேலு — மல்லிகா தம்பதியின் வீடும் கரியாகி விட்டது. "மரக்காணம் தான் சுத்துவட்டரத்துல உள்ள எஸ்.சி. கிராமங்களுக்கு தாய் கிராமம். 2002லயே மஞ்சள் நீராட்டு விழா ஒண்ணு நடந்துச்சு. அப்போ ஜெமினி படம் வந்த புதுசு. 'ஓ போடு' பாட்டைப் பாடி எங்க ஊர் பொண்ணுங்களை கிண்டல் பண்ணினதுல பிரச்சனையாகிடுச்சு. அதுலேர்ந்தே பிரச்சனை பண்ண சமயம் பார்த்துக்கிட்டு இருந்தாங்க" என் கிறார் தயாளன். அங்கம்மாளின் மகளுக்கு அடுத்த மாதம் திருமணம். அதற்காக வாங்கி வைத்த சீர் சாமான்கள் கருகின. ஒரு மாடும் பெட்ரோல் குண்டு வீச்சில் இறந்தது. நன்றாக காய்க்கும் பலா மரத்தில் பலாப்பழங்கள் கருகி தொங்குகின்றன. மரத்தையும் விட்டுவைக்கவில்லை பசுமைத் தாயகம்

நடத்துபவர்கள். ஒவ்வொரு வீட்டுக்கும் அருகேயுள்ள மரங்களும் சேர்ந்தே கருகி இருக்கின்றன. தலித் குடியிருப்புகள் முடிந்து, வன்னியர் குடியிருப்புகள் தொடங்கும் இடம்வரை சரியாக பெட்ரோல் குண்டுகள் வீசப்பட்டிருக்கின்றன. “அதெப்படிங்க வந்தவங்களுக்கு சரியா எங்க வீடுங்க இத்தோட முடிஞ்சு அவங்க வீடுங்க தொடங்குதுன்னு தெரியும். அப்ப ஏற்கனவே திட்டம் போட்டிருக்காங்கதானே?” என்று கேட்கிறார் கிளியம்மாள்.

மரக்காணத்திலிருந்து 12 கிலோமீட்டர் தொலைவில் உள்ளது கூனிமேடு. இங்கே மசூதிக்குள் புகுந்து இஸ்லாமியர்களை தாக்கி இருக்கிறது கலவரக் கும்பல். கழிக்குப்பத்திலும் இரண்டு தலித்துகளின் வீடுகள் கொளுத்தப்பட்டுள்ளன. தர்ப்பூசணி கடை அடித்து நொறுக்கப்பட்டது. “மரக்காணத்துல பிரச்சனைங் கிறதால, வண்டிங்களையெல்லாம் வழில நிறுத்திட்டங்க. எங்க ஊர்கிட்ட நிறைய வன்னியருங்க வண்டி நின்னுச்சு. திருமா வளவன் படம் போட்ட பேனர் ரோட்டுகிட்ட இருந்துச்சு. ‘உங் களுக்கெல்லாம் பேனர் கேட்குதான்னு’ சாதிப் பேர் சொல்லித் திட்டி பேனரைக் கிழிச்சாங்க. கும்பலா ஓடிவந்து தண்ணித் தொட்டி பைப்பை உடைச்சாங்க. சமுதாய நலக்கூடத்து ஜன்னலையெல்லாம் அடிச்சு நொறுக்கினாங்க. இதெல்லாம் பார்க்கவே பயமா இருந்துச்சு. பொம்பளைங்களைப் பார்த்து அசிங்கமா பேசினாங்க. அசிங்கமா ஆபாசமா டான்ஸ் ஆடி னாங்க” என்று திகிலுடன் காஞ்சனா சொன்னவற்றை அச்சில் ஏற்ற முடியாது. காஞ்சனா — பார்த்திபன் தம்பதியின் வீட்டுக்கு முன் அவர்கள் கொண்டு வந்த பெட்ரோல் குண்டுகள் உடைந்து கிடந்தன. அருகிலேயே உள்ள இன்னொரு வீடும் எரிக்கப்பட்டது. இல்லாத வீட்டின் வாசலில் அடுப்பு மூட்டி காவல்துறையினருக்கு தேநீர் தயாரித்தவாறே கூறுகிறார் காஞ் சனா. “பாவம். எங்கேர்ந்தோ வந்து எங்களுக்காக வெயில்ல காவலுக்கு இருக்காங்க. நம்மளால முடிஞ்சது ஒருவாய் டீதான்” என்றவர், திடீரென்று மௌனமாகி பின் கேட்கிறார். “பறையரா பொறந்தது எங்க தப்பா?” இந்தக் கேள்விக்கு என்ன பதில் சொல்ல முடியும்?

அன்றாடம் இப்படியான கேள்விகளை தலித்துகள் கேட்டுக் கொண்டிருக்கிறார்கள். ராமதாஸ்களின் காதுகளுக்குத்தான் எட்டுவதில்லை. எட்டினாலும் காதில் விழாததுபோல் நடிக்கவும் அவர்களால் முடிகிறது. திருவண்ணாமலை மாவட்டம் செம்பூர் அருகேயுள்ள அத்திப்பாக்கத்தில் ஏப்ரல் 29 அன்று தலித்

மக்களின் வீடுகளை நோக்கி பெட்ரோல் குண்டுகளுடனும், பீர்பாட்டில்களுடனும் திரண்டுவந்தவர்கள் காவல்துறையும் ஊடகங்களும் வந்தவுடன் அங்கிருந்து தப்பியோடிவிட்டதாகத் தெரிவிக்கிறார் அத்திப்பாக்கத்தைச் சேர்ந்த கவிஞர். கு. உமாதேவி. சென்ற ஆண்டு மகாபலிபுரம் கூட்டத்தில் காடுவெட்டி குரு பேசியதன் விளைவாகத்தான் தர்மபுரி வன்முறை. இந்த ஆண்டும் அப்படியாகக்கூடாது என்பதற்காகவே கூட்டத்துக்கு அனுமதி தரக்கூடாது என்று விடுதலை சிறுத்தைகள் கட்சியைச் சேர்ந்த மகாபலிபுரம் கிட்டு காஞ்சிபுரம் மாவட்ட ஆட்சித்தலைவருக்கு ஏற்கனவே மனு அளித்திருக்கிறார். இந்திய மக்கள் மன்றத்தின் தலைவர் வராகி பா.ம.க.வின் அங்கீகாரத்தை ரத்து செய்ய வேண்டும் என்று கோரி பொதுநல வழக்கு தாக்கல் செய்திருக் கிறார். இன்றைக்கு சிறையில் பா.ம.க.வினர். ராமதாஸ், அன்பு மணி ராமதாஸ், காடுவெட்டி குரு, ஜி.கே.மணி போன்ற முன் னணி தலைவர்கள் அனைவரும் சிறைக்குச் சென்றவுடன், தமிழ் நாட்டின் பல பகுதிகளிலும் மீண்டும் கலவரங்கள் வெடித்தன. விழுப்புரம் அருகே பாலத்துக்கு வெடிகுண்டு வைப்பது வரை சென்றிருக்கிறது. 320 பேருந்துக்கள் உடைக்கப்பட்டிருக்கின்றன. இதன் காரணமாக இரவுநேர பேருந்துக்கள் நிறுத்தப்பட்டு பொதுமக்கள் சிரமத்துக்குள்ளானார்கள்.

ராமதாஸ் சிறைக்குச் சென்றபின் அன்புமணி ராமதாஸ் நடத் திய பத்திரிகையாளர் சந்திப்பில் அவருடைய இலக்கு விடுதலை சிறுத்தைகள் கட்சிதான் என்பதை தெளிவாகவே குறிப்பிட்டார் பத்திரிகையாளர்களிடமிருந்து சராமரியாக கேள்விகள் வந்து விழுந்தன. வேறு வழியின்றி அப்போது காடுவெட்டி குரு மூத்த அரசியல்வாதிகளை மரியாதைக் குறைவாகப் பேசியதும், மகாபலிபுரம் கடற்கரை கோயிலின் மீது ஏறி பா.ம.க.கொடியை நாட்டியதும் தவறு என்று ஒப்புக்கொண்டார். ஆனால் தலித் மக்கள் குடிசைகளை தாங்களே எரித்துக்கொண்டார்கள் என்றார். தர்மபுரியிலும் ராமதாஸ் இதையே சொன்னார். மரக் காணத்தில் அன்புமணி இதையே கூறுகிறார். ஆனால் மக்கள் நம்பத் தயாராக இல்லை. பெட்ரோல் குண்டு வீசி, ஊரைக் கொளுத்தி, வன்முறையில் இறங்கும் கட்சி என்று பெயர் பெற்றாகிவிட்டது. மரம் வெட்டினால் பசுமைத்தாயகம் அமைப்பை உருவாக்கி பிராயச்சித்தமோ பாவமன்னிப்போ கேட்கலாம். மனிதர்களை வெட்டினால்?

இந்தியா டுடே, மே 2013.

மறைக்கப்படுகிறதா தலித் மாணவர்களுக்கான அரசாணை?

மத்திய அரசின் உதவித்தொகைத் திட்டத்தின் கீழ் 2012 ஜனவரி 9 அன்று ஓர் அரசாணை வெளியிடப்பட்டது. இந்த அரசாணையின்படி தமிழகத்தில் அனைத்து விதமான படிப்புகளுக்கும் பொருளாதாரத்தில் பின்தங்கிய தாழ்த்தப்பட்ட மாணவர்களுக்கு 100% கல்விக் கட்டணம் ரத்து செய்யப்பட்டது. தமிழக அரசு இந்தச் செய்தியை சரியான முறையில் பிரச்சாரம் செய்யாத காரணத்தால், விஷயம் தெரியாத பல மாணவர்கள் சென்ற கல்வியாண்டில் பணத்தைக் கட்டினார்கள். பலர் பணம் கட்ட முடியாமல் உயர்கல்வியை கைவிட்டனர். தமிழக அரசின் ஆதிதிராவிட நலத்துறை வெளியிட்ட அந்த அரசாணைப்படி சுயநிதிக் கல்வி நிறுவனங்களில் அனைத்து படிப்புகளுக்கும், அரசு ஒதுக்கீடு செய்த இடங்களில் பயிலும் ஆதிதிராவிட பழங்குடியின மாணவர்களிடம் பெறப்பட்ட தொகை முழு வதையும் 2011—12 கல்வி ஆண்டில் இருந்து திருப்பிச் செலுத்த வேண்டும். ஆனால் அது நடக்கவில்லை.

அரசு இந்த அரசாணை குறித்து போதிய அளவில் விளம்பரம் செய்யவில்லை. கல்விக்கட்டணம், டியூஷன்கட்டணம், விளை யாட்டு, மாணவர் சங்கம், நூலகம், பத்திரிகைகள், மருத்துவப் பரிசோதனை போன்ற கட்டணங்களும் இதில் அடங்கும். சிறு பான்மையினர் நடத்தும் கல்வி நிறுவனங்களுக்கும் இவை

பொருந்தும். இரண்டு லட்ச ரூபாய் வரை வருமான வரம்புள்ள பொருளாதாரத்தில் பின்தங்கிய தாழ்த்தப்பட்ட மற்றும் பழங் குடியின மாணவர்களுக்கு இந்த அரசாணை பொருந்தும். இத்திட்டத்தின் கீழ் பயன்பெற வேண்டிய தலித் மாணவர்களில் பலருக்கு இந்த அரசாணை குறித்து தெரியவில்லை. ஏனெனில் செய்தித் தாள்கள் மூலமாகவோ, பிற ஊடகங்கள் மூலமாகவோ தமிழக உயர்கல்வித்துறை, ஆதிதிராவிடர் நலத்துறை என்று எந்தத் துறையுமே பொதுமக்களிடம் இந்த விஷயத்தைக் கொண்டு சேர்க்கவில்லை.

2011—12 கல்வி ஆண்டில் இருந்து இது நடைமுறைப்படுத்தப் படும் என்று ஆணையில் இருக்கிறது. அப்படியென்றால் கடந்த இரண்டு ஆண்டுகளாக பொறியியல், மருத்துவம், தொழிற்கல்வி, கலை மற்றும் அறிவியல் துறையில் கட்டணம் செலுத்திய மாணவர்களுக்கும் இந்த ஆணை பொருந்துகிறது. ஆனால் கல்வி நிறுவனங்களில் அரசு ஆணை விஷயம் தெரியாததால், மாணவர்கள் கட்டணம் செலுத்த சென்ற ஆண்டு நிர்பந்திக்கப் பட்டார்கள். பொறியியல் மற்றும் மருத்துவம் போன்ற தொழிற் கல்வி பயிலும் மாணவர்கள் சிலர் கட்டணம் கட்ட இயலாத நிலையில், இடைநீக்கம் செய்யப்படும் சூழலும் உருவானது.

“2012 ஜூலை மாதத்தில் இது குறித்து கவன ஈர்ப்பு செய்தி வெளியானது. ஆனாலும் முழுமையான பலன் கிடைக்கவில்லை. மதுரையைச் சுற்றியுள்ள 30 கல்லூரிகள் அரசாணை தங்களுக்கு வரவில்லை என்கின்றன. அந்த கல்லூரிகளை அழைத்து மே 22 அன்று விழிப்புணர்வு கருத்தரங்கம் நடத்தினோம்” என்கிறார் துடி இயக்கத்தைச் சேர்ந்த பாரதிபிரபு.

அரசாணை 6 மேம்படுத்தப்பட்டு 1.9. 2012 அன்று சில திருத்தங்களுடன் அரசாணை 92 வெளியிடப்பட்டது. இதன் படி அரசாணை 92 நடைமுறைப்படுத்தப்படுகிறதா என்று கண்காணிக்க குழு ஒன்று நியமிக்கப்பட்டிருக்க வேண்டும். ஆனால் நியமிக்கப்படவில்லை. கல்வியாளர் பேராசியர் பிரபா கல்விமணி “மக்கள் கல்வி கூட்டமைப்பு சார்பாக மே 16 அன்று விழுப்புரத்தில் நடந்த கூட்டத்தில் இந்த அரசாணையை முறையாக அமல்படுத்த வேண்டும் என்று தீர்மானம் நிறைவேற்றி இருக்கிறோம். தொடக்கப் பள்ளிகளில் ஆங்கில வழிக்கல்வியை எதிர்க்க ஊர் ஊராகச் சென்று கூட்டம் நடத்தவிருக்கிறோம். அப்போது இந்த அரசாணை குறித்தும் பேசி மக்களிடையே விழிப்புணர்வை உண்டாக்கும் திட்டம் இருக்கிறது. கடந்த

ஆண்டு போல் ஆகிவிடாமல், இந்த ஆண்டாவது முழுமையாக விஷயம் மாணவர்களையும் பெற்றோரையும் சென்றடைய வேண்டும்" என்கிறார். எது எதற்கோ அரசுப் பணத்தை செல விடுகிறது அரசு. ஈராண்டு சாதனைகளைப் பட்டியல் இடும் விளம்பரச் செலவில் கொஞ்சம் இதற்கும் செலவிட்டு இந்த அரசாணை குறித்து விழிப்புணர்வு ஏற்படுத்தவேண்டும்.

இந்தியா டுடே, மே 2013.

அணையாத காதல் தீ

"சாகணும்னு நினைக்கலைங்க. அம்மா அப்பா பயந்துட்டாங்க. அவங்களுக்கு பயம். எனக்கு வேதனை. எப்படி தீர்த்துக்குறதுன்னு தெரியலை. அதான்'' என்கிறார் இளவரசன்.

காதலிக்கும்போதோ திருமணம் செய்துகொள்ளும்போதோ இப்படி தமிழ்நாட்டின் தலைப்புச் செய்தியாவோம் என்று நினைத்தீர்களா?

இல்லை. நிச்சயமாக இல்லை. எத்தனையோ பேர் கல்யாணம் செய்துகொள்கிறார்கள். அப்படித்தான் எங்க கல்யாணமும்னு நினைச்சேன். திவ்யாவும் அப்படித்தான் நினைச்சாங்க. முதல்ல கோபமாக இருப்பாங்க. அப்புறம் சமாதானமாகிடுவாங்கன்னு நினைச்சோம். இப்படியெல்லாம் நடக்கும்னு நினைச்சுக்கூட பார்க்கவில்லை. சாதி எவ்வளவு கொடூரமானது; அது என்ன வெல்லாம் செய்யும்னு காதலிச்சபின்னால்தான் நல்லா புரியுது.

திவ்யா திடீரென்று தாயுடன் செல்லவேண்டும் என்று கூறியது ஏன்?

திவ்யாவின் அம்மாவை பின்னணியில் இருந்து இயக்குகிறாங்க. அம்மாவின் உயிருக்கும் என் உயிருக்கும் ஆபத்து என்று மிரட்டியிருக்கிறாங்க. அதனால்தான் திவ்யா இப்படியொரு முடிவு எடுத்திருப்பாங்க. என்னைப் பிரிந்து அவங்களால் இருக்க முடியாது. இந்த மூன்றுவார பிரிவை திவ்யாவால் தாங்கிக்கொள்ள முடியாது. ஒரு மணிநேரம்கூட என்னைப்

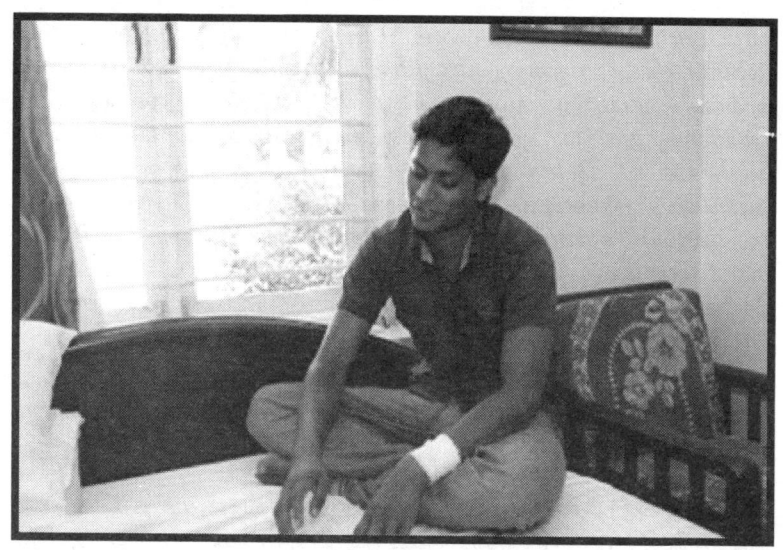

பிரிந்திருக்க முடியலைனு அடிக்கடி சொல்வாங்க. எங்களைப் பிரிக்கும் திட்டத்தை பா.ம.க.வின் ஹெட் ஆஃபீஸ்லதான் போட்டிருக்காங்க. அதை செயல்படுத்திட்டாங்க.

திவ்யாவுக்கும் உங்களுக்கும் திருமணத்துக்குப் பின் பிரச்சனைகள் ஏதேனும் உண்டா?

இல்லை. நாங்க ரொம்ப சந்தோஷமா இருந்தோம். ஊர் ஊரா பயந்து பயந்து வாழ்ந்தாலும் ரெண்டு பேரும் ஒண்ணா இருக்குறதே சந்தோஷமா இருந்துச்சு.

திருமணம் எங்கே நடந்தது?

ஃபுட்பால் மேட்ச்சுக்காக திருச்சி போயிட்டிருந்தேன். ஓமலூர் போகும்போது அவங்க வீட்ல வேற இடத்துல கல்யாணம் பண்ணிக்குடுக்கப் பார்க்கிறாங்கன்னு திவ்யா போன் பண்ணினாங்க. என்னை அழைச்சுட்டுப் போன்னு சொன்னாங்க. ஆந்திராவில் போய் கல்யாணம் பண்ணிக்கிட்டோம்.

திவ்யாவின் வீட்டினருக்கும் உங்களுக்குமான உறவு எப்படி?

திவ்யாவின் அப்பா நல்லவர். சாதி வித்தியாசம் பார்க்க

மாட்டார். எங்க கல்யாணம் பிடிக்காம அவர் தற்கொலை பண்ணிக்கிட்டாருன்னு நானும் திவ்யாவும் இப்பவும் நம்பலை. அவங்க அம்மாவுக்கும்கூட பெரிசா எதிர்ப்பு இல்லை. எங்க கல்யாணத்துக்குப் பிறகு அவங்க அண்ணன் தம்பி எல்லோரும் அவங்ககிட்ட பேசுறதில்லை. ஆனால் சுற்றி உள்ளவங்கதான் அவங்களை தூண்டிவிடுறாங்க. எனக்கு கிடைக்க இருந்த போலீஸ் வேலையை சரியாய் ஆர்டர் வரப்போகுதுன்னு தெரிஞ்சே என் மேல் கேஸ் போட்டு அந்த வேலையை கிடைக்கவிடாமல் செய்தாங்க. இது எல்லாமே அம்மா செய்யலை. அவங்களை நிர்பந்தம் பண்ணி சுத்தி உள்ள சாதிக்காரங்க பண்றாங்க.

தர்மபுரியில் மூன்று தலித் கிராமங்கள் எரிந்தபோது எவ்வாறு உணர்ந்தீர்கள்?

குற்ற உணர்ச்சியாக இருந்தது. நானும் திவ்யாவும் தற்கொலை செய்துகொள்ளலாம் என்றுகூட நினைத்தோம். அவங்க அப்பா இறந்துபோவார் என்று நாங்க கனவிலும் நினைக்கலை. அப்பாவின் மரணம் திவ்யாவை ரொம்பவே பாதித்தது. ரொம்ப அழுதாங்க. அந்த நவம்பர் 7ம் தேதியை மறக்க முடியாது. திவ்யாவைப் பார்க்கணும்; திரும்ப கூட்டிட்டுப் போகணும்னு அவங்க தரப்புல கேட்டாங்க. 'நீங்க வாங்க..வந்து திவ்யா வந்தா தாராளமா கூட்டிட்டுப்போங்கன்னு சொன்னேன்' நவம்பர் 7ம் தேதி எங்களைப் பார்க்க தொப்பூருக்கு திவ்யா தரப்பில் கொஞ்சம் பேர் எங்க ஊர் தரப்பில் கொஞ்சம் பேர் வந்தாங்க. திவ்யாவோட அப்பா அப்போ வரலை. அம்மா திவ்யாவை வரச் சொல்லி கேட்டாங்க. ஆனா திவ்யா திட்டவட்டமா வரமுடியாதுன்னு சொல்லிட்டாங்க. அவங்க திரும்பிப் போய் அரைமணி நேரத்துல திவ்யா அப்பா இறந்துபோன செய்தி வருது. ஊரை எரிக்கிறாங்கன்னு தகவல் வருது. டிவியிலயும் பார்த்தோம். இந்தளவுக்கு ஆகும்னு யாருக்குத் தெரியும். நான் பிறந்த சாதிதான் இவங்களுக்குப் பிரச்சனையா போச்சு. இவ்வளவு செய்றவங்க எதையும் செய்வாங்க.

மனைவியை மீட்க என்ன செய்யப் போகிறீர்கள்?

தொடர்ந்து போராடுவேன். மூணு ஊரைக் கொளுத்தினவங்க யாருன்னு அதிகாரிங்களுக்குத் தெரியும். ஆனா நடவடிக்கை எடுக்கலை. அவங்க மேல நடவடிக்கை எடுக்கணும். திவ்யா எங்க

இருக்காங்கன்னு பப்ளிக்கா அறிவிக்கணும். எங்களைப் பிரிக்க நினைக்கிறவங்க யாரு... இதுக்குப் பின்னணி என்ன இப்படி எல்லாத்தையும் விசாரிச்சு அறிவிக்கணும். அவங்களால மன சறிஞ்சு என்னை வேண்டாம்னு சொல்ல முடியாது. சொல்ல மாட்டாங்க. திவ்யாகூட நான் பேசணும் முதல்ல. அப்புறம் பாருங்க. எல்லாமே சரியாகிடும்.

சாதி என்னவெல்லாம் செய்யும்? ஊரைக் கொளுத்தும்; கௌரவக் கொலை செய்யும்; காதலித்து மணந்தவர்களைப் பிரிக்கும். சினிமாவில் மட்டுமே பார்த்த இதுபோன்ற காட்சிக ளெல்லாம் அண்மைக்காலமாக தமிழ்நாட்டில் அரங்கேறுவதைப் பார்த்துக்கொண்டிருக்கின்றனர் தமிழக மக்கள்.

தர்மபுரி நத்தம் தலித் கிராமத்தைச் சேர்ந்த இளவரசனை திவ்யா என்கிற வன்னிய சாதியைச் சேர்ந்த பெண் காதலித்து மணந்ததைப் பொறுக்காமல் மூன்று தலித் கிராமங்கள் எரிக்கப்பட்ட அந்த நவம்பர் 7ம் தேதிக்குப் பின் நிகழ்ந்தவை ஊரறியும். அதன் பின்னர் தொடர்ச்சியாக நிகழ்ந்த கௌரவக் கொலைகள், தலித் பெண்கள் மீதான தாக்குதல்கள், சாதியின் பெயரால் நிகழும் தாக்குதல்கள், குடியிருப்புகள் மீதான தாக்குதல்கள் என்று மரக்காணம் வரை நீண்டது பிரச்சனை. மாமல்லபுரம் வன்னியர் விழாவில் பேசியதற்காக ராமதாஸ், காடுவெட்டி குரு உள்ளிட்டோர் கைது செய்யப்பட்டனர். இவ்வளவு நடந்த போதும் திவ்யாவும் இளவரசனும் எங்கிருக்கிறார்கள் என்கிற விவரம் மட்டும் யாருக்கும் தெரியவில்லை.

திவ்யாவின் தாய் தேன்மொழி தன் கணவரின் மரணத்துக்கு இளவரசன் தான் காரணம் என்றும் தன் மகளை கடத்தி விட்டதாகவும் தொடுத்த வழக்கில் ஆஜரான திவ்யா "என்னை யாரும் கடத்தவில்லை; நானாக விரும்பித்தான் இளவரசனை திருமணம் செய்துகொண்டேன்" என்று சாட்சியமளித்துவிட்டுச் சென்றார். அதன்பின் திவ்யாவும் இளவரசனும் எங்கிருக்கிறார்கள் என்று யாருக்கும் தெரியவில்லை. இதற்கிடையே நாடகக் காதல் திருமணங்கள் இவை என்று பா.ம.க. தரப்பில் பிரசாரம் செய்யப்பட்டது. விடுதலைச் சிறுத்தைகள் கட்சியும் அதன் தலைவர் தொல். திருமாவளவனும் இத்தகைய திருமணங்களை ஊக்குவிக்கிறார்கள் என்றெல்லாம் குற்றம் சாட்டியது பா.ம.க. காதலை ஆதரிப்பவர்கள் ஒரு பக்கமும், காதலுக்கு எதிரான

சாதிய அமைப்புகள் ஒரு பக்கமும் நின்று தமிழகக் களம் இரண் டாகப் பிரிந்ததும், பெரும் விவாதங்கள் நிகழந்ததும் வரலாறு. இத்தனை நடக்கையிலும் திவ்யாவும் இளவரசனும் எங்கிருக் கிறார்கள் என்று யாருக்கும் தெரியவில்லை.

தேன்மொழி சென்னை உயர் நீதிமன்றத்தில் ஆட்கொணர்வு மனு ஒன்றை அளித்தார். திவ்யாவும் இளவரசனும் ஊர் ஊராக சாதிவெறிக்கு பயந்து வாழ்ந்துகொண்டிருந்தனர். சென்னையில், பெங்களூரில் என்று ஒவ்வொரு ஊரிலும் வாழ்ந்துவந்தாலும் பெரிதாக வருமானம் இல்லாத நிலையில் ஒருகட்டத்துக்கு மேல் என்ன செய்வதென்று தெரியவில்லை. இளவரசனுக்காகவும் திவ்யாவுக்காகவும் காதல் திருமணங்களுக்காகவும் ஆதரித்துப் பேசிய இயக்கங்கள் எதுவும் கூட இவர்களை தொடர்புகொள்ள முடியவில்லை. இவர்களும் யாரையும் தொடர்புகொள்ள முடியவில்லை. ஆகவே பொருளாதாரரீதியில் யாரும் இவர்களுக்கு உதவமுடியமல் போயிற்று. இளவரசனின் தந்தை இளங்கோ தர்மபுரி அரசு மருத்துவமனையில் ரெக்கார்ட் கிளர்க்காக பணிபுரிகிறார். ஒரு கட்டத்தில் பொருளாதார சுமை அழுத்த வேறு ஊர்களில் குடிவைக்க முடியாமல் மகனையும் மருமகளையும் தர்மபுரி டவுனில் உள்ள அரசு மருத்துவமனி குவார்ட்டஸுக்கு அழைத்து தன் வீட்டிலேயே வைத்துக்கொண்டார். வீட்டைவிட்டு ஜோடியை வெளியே அனுப்பவில்லை. யாருக்கும் தெரியாமல் பார்த்துக்கொண்டனர் பெற்றோர். “இதற்கிடையே திவ்யா கர்ப்பமானார். ஊர் ஊராக அலைந்ததில் திவ்யாவுக்கு கர்ப்பம் தங்கவில்லை” என்கிறார் இளவரசன். சென்னை உயர் நீதிமன்றத்தில் திவ்யாவின் அம்மா தொடர்ந்த வழக்கில் ஆஜ ரானார் திவ்யா.

“திவ்யாவின் அப்பா திவ்யாவைத்தான் வாரிசாக நியமித் திருந்தார். அதனால் அவர் இறந்தவுடன் அவருடைய வேலை திவ்யாவுக்குத்தான் வரும். திவ்யா அதை வேண்டாம் என்று எழுதிக்கொடுத்தால்தான் அது அவங்க அம்மாவுக்குக்கிடைக்கும். ஆகவே எங்களிடம் போனில் பேசினார் திவ்யாவின் அம்மா. வீட்டுக்கு வந்து கையெழுத்து வாங்கினார். நான் தான் அவரை வீட்டுக்கு அழைத்துவந்து மீண்டும் கொண்டுபோய் விட்டேன். நன்றாகப் பேசினார். பாசமாக இருந்தார். அதனால் நம்பினோம். அம்மாவிடம் அவ்வபோது பேசுவார் திவ்யா. நானோ என் வீட்டாரோ திவ்யாவை தடுக்கவில்லை. இந்தச் சூழலில்தான் நான் வீட்டில் இல்லாதபோது திவ்யாவுக்கு போன்செய்து

உடல்நலம் சரியில்லை என்றும் கவிதா மருத்துவமனையில் சேர்த்திருப்பதாகவும் சொல்லி வரவைத்திருக்கிறார்கள். நான் வரும்வரை பொறுக்கச் சொன்னேன். அம்மாவுக்கு உடல்நலம் சரியில்லாமல் மருத்துவமனையில் அனுமதிக்கப்பட்டிருக்கும் செய்திகேட்டவுடன் திவ்யாவால் தாங்க முடியவில்லை. உடனே கிளம்பிச் சென்றுவிட, அப்புறம் நடந்ததுதான் ஊருக்கே தெரியுமே?" என்கிறார் இளவரசன். "நாங்கள் கவிதா மருத்துவமனையில் விசாரித்துவிட்டோம். உள்நோயாளியாக அவர் அங்கே அட்மிட் ஆகவில்லை" என்கிறார் இளவரசனின் தந்தை இளங்கோ.

திவ்யாவின் புகைப்படமாவது நாளிதழ்களில் வெளியாகி இருந்தது. இளவரசன் எப்படி இருப்பார் என்பதே பலருக்குத் தெரியாத நிலையில் சென்னை உயர் நீதிமன்றத்தில் ஜூன் 6ம் தேதிதான் பலர் அவரைப் பார்த்தனர். இவர்களின் திரு மணத்துக்குப் பின்னான சம்பவங்கள் நாடறியும் என்கிறபோது நீதிமன்றம் இந்த வழக்கை நடத்திய விதம் குறித்து பலர் புருவம் உயர்த்துகின்றனர். அன்றைக்கு விசாரணையில் திவ்யா தான் மனக்குழப்பத்தில் இருப்பதாகத் தெரிவித்தார். நீதிமன்ற வளாகத்திலேயே மயங்கி விழுந்தார். இவ்வளவு பலவீனமான மனநிலையில் உள்ளவரை இருதரப்பிலும் அனுப்பாமல் காப் பகத்தில் சேர்த்து சில நாட்கள் இருக்கவைத்து அதன்பின் அவர் சமச்சீர் மனநிலைக்கு வந்தபின்பு அவரை விசாரித்து எங்கே செல்ல விரும்புகிறார் என்று கேட்டறிந்து அனுப்பி யிருக்கலாம். திவ்யாவை அன்றைக்கு வேறு யாரிடமும் பேச விடாமல் பாதுகாப்பு வளையம் ஒன்றை அமைத்து அப்படியே அழைத்துச் சென்றுவிட்டனர்.

இருவர் விரும்பி மணம் புரிந்துகொண்டபின்னர் அதைப் பிரிப்பது எந்தவகை அறம்? அப்படியென்ன குற்றம் புரிந்தார்கள் இவர்கள்? நாளிதழ் ஒன்றுக்கு அளித்த பேட்டியில் திவ்யா தன் கணவருடன் தான் மகிழ்ச்சியாக வாழ்ந்ததாக கூறியிருக்கிறார். அப்படியென்றால் இந்த முடிவு நிர்பந்தத்தத்தின் பேரில் எடுத்த முடிவு என்பதும் விளங்குகிறது. மேலும் நீதிபதிகளிடம் அவர் ''என் அம்மாவின் மனநிலை மிகவும்மோசமாக இருக் கிறது. உடல்நலமும் சரியில்லை. ஆகவே 3 வாரங்கள் நான் அம்மாவுடன் இருக்கிறேன்'' என்று கூற நீதிபதிகள் அதற்கு ''அப்படியெனில் இளவரசனை பிரிகிறீர்களா?" என்று கேட்க "அப்படி நான் முடிவெடுக்கவில்லை. இப்போதைக்கு அம்மாவுடன்

செல்கிறேன்" என்று கூறியிருக்கிறார். ஆனால் முந்தைய நாளே திவ்யாவும் அவருடைய அம்மாவும் விவாகரத்து கேட்டு சென்னை உயர் நீதிமன்றத்தில் அன்றைக்கு மனு அளிக்கவிருப்பதாக செய்திகள் உலவவிடப்பட்டன. ஊடகங்களும் இவர்கள் இருவரும் பிரிந்ததாகவே செய்திகள் வெளியிட்டன. இதை கடுமையாக மறுக்கிறார் இளவரசன். "திவ்யா அப்படிச் சொல்லவில்லை. அப்படி சொல்லி இருந்தால் அன்றைக்கே வழக்கு முடிந்திருக்கும். ஏன் மீண்டும் ஜூலை 1ம் தேதிக்கு விசாரணையை ஒத்திவைத்தார்கள்?" என்கிறார் இளவரசன்.

நம்பிக்கையோடு இருக்கிறார் இளவரசன். இருவருக்குள் பிரச்சனை; வாழப்பிடிக்கவில்லை என்பதால் விலகுகிறார்கள் என்பது வேறு. அரசியல் காரணங்களால் காதலர்களை, தம்பதிகளை பிரிப்பது சகித்துக்கொள்ள முடியாதது. மனம் விரும்பிப் புரிந்த திருமணங்களை சாதிய சக்திகள் பிரித்துவிடும் என்றால் அந்தளவுக்கு பலவீனமான சமூகமாக இச்சமூகம் இருக்கிறது என்று பொருள். நீதியைவிட, சட்டத்தைவிட சக்திவாய்ந்தது சாதி என்பது மீண்டும் நிரூபிக்கப்பட்டிருக்கிறது

இந்தியா டுடே, ஜூன் 2013.

கொல்லும் சாதி

இளவரசனின் மரணம் தமிழக மக்களின் மனங்களை உலுக்கிவிட்டிருக்கிறது. காதல் திருமணம் புரிந்த ஒரே ஒரு காரணத்துக்காக இளமையிலேயே அகால மரணம் அடைந்த இளவரசனுக்காக ஜூலை 4 மதியம் செய்தி கேட்டவுடன் பதறிய நெஞ்சங்கள் அதிகம்.

சென்னை உயர் நீதிமன்றத்துக்கு வழக்கு விசாரணைக்காக ஜூலை 1 அன்று திவ்யாவும் இளவரசனும் ஆஜரானபோதுதான் திவ்யா இப்படிச் சொன்னார் "அம்மா எப்போது விரும்புகிறாரோ அப்போது நான் இளவரசனுடன் வாழ்கிறேன்". இளவரசனுக்கு இந்த வார்த்தைகளில் ஓரளவு திருப்தி. "திவ்யா யாரையும் காயப்படுத்தவில்லை. திவ்யா கூறிய வார்த்தைகள் எனக்கும் சாதகமானவை. அவங்க அம்மாவுக்கும் சாதகமானவை. இருக் கட்டும். அம்மா கூட ஒரு வருஷம் இருக்கட்டும். நான் விட்டுப் போன படிப்பை முடிக்கிறேன். வேலைக்குப் போறேன். அப் புறம் எத்தனை நாள்தான் அடஞ்சு கிடக்க முடியும்? நிச்சயமா மீண்டும் நாங்க சேர்வோம். அவங்க அம்மாவுக்கும் மனசாட்சி இருக்குமில்லையா? நம்ம பொண்ணு வாழ்க்கை நம்மால வீணாயிடுச்சேன்னு நினைச்சு அனுமதி கொடுப்பாங்க" — இளவரசன் இந்தியா டுடேயிடம் தெரிவித்த வார்த்தைகள் இவை.

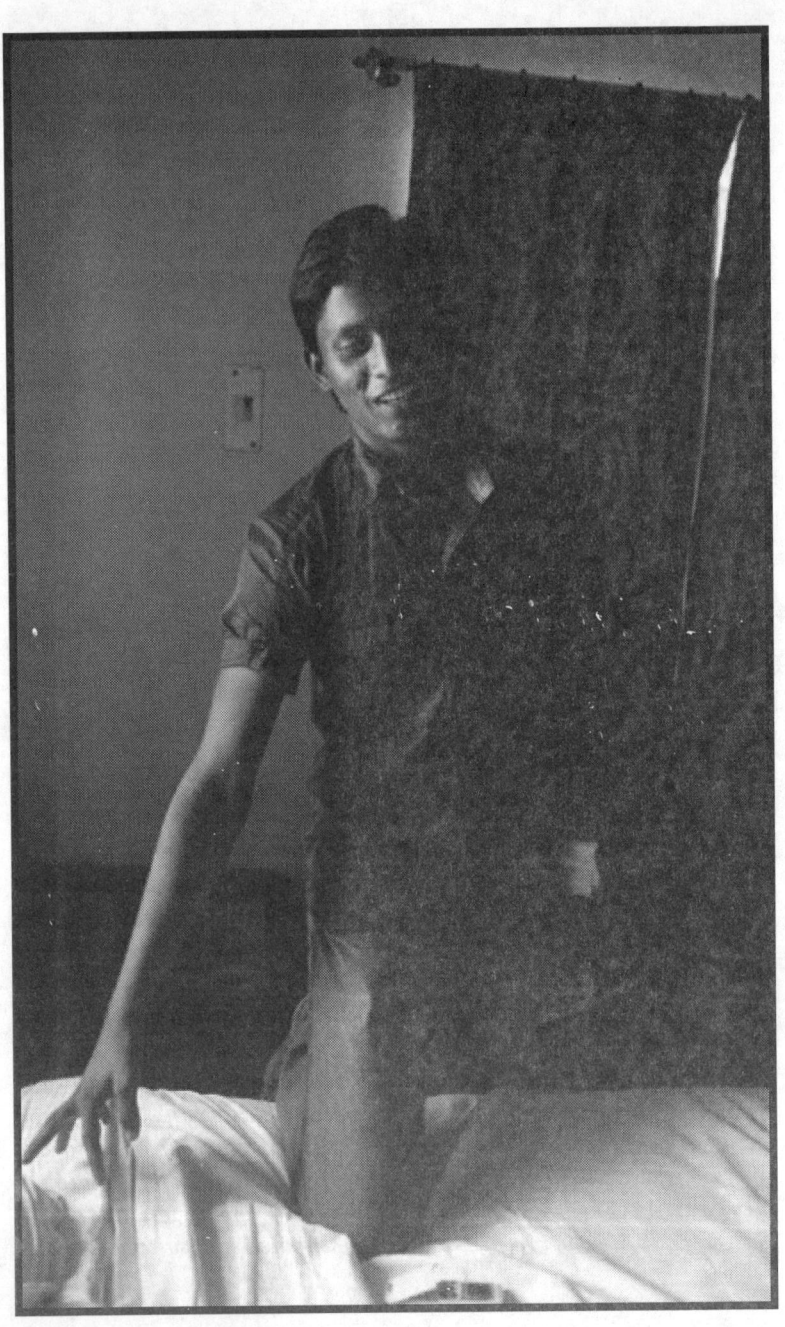

ஜூலை 2 அன்று திவ்யாவும் இளவரசனும் நீதிமன்றத்துக்கு வரவேண்டியதில்லை என்பதால் இளவரசன் கிளம்பி ஊருக்குச் சென்றுவிட, திவ்யா நீதிமன்றத்துக்கு வந்து ஊடகங்களின் முன் ஆஜராகி "நேற்று நான் அப்படி சொல்லவில்லை. இளவரசனின் வழக்கறிஞர் தவறாகக் கூறிவிட்டார். நான் அம்மாவோடுதான் இருக்கப் போகிறேன். இளவரசனுடன் வாழப்போவதில்லை" என்றார். இதை எப்படி எதிர்கொண்டார் இளவரசன்? "இப்படி சொன்னப்புறம் என்ன செய்றது. படிக்கிறேன். வேலைக்குப் போறேன். இப்போதைக்கு திவ்யாவை தொந்தரவு செய்ய வேண்டாம். அங்கேயே இருக்கட்டும். வேலைக்குப் போனபின் நாங்க மீண்டும் சேர்வோம்" என்று கூறியதாக இளவரசனின் தந்தை இளங்கோ கூறுகிறார். "எங்களுக்கு தைரியம் சொன்னான். அவன் தற்கொலை செய்துக்குற ஆளில்லை. இது கொலைதான்.. அடிச்சு சொல்றேன்." என்கிறார். "எம்.பி.சி. பையன் இவனோட ஃபிரண்ட் ஒருத்தன் கூப்பிட்டான்னு சொல்லிட்டுத்தான் என் அக்கா வீட்டில் தகவல் சொல்லிட்டு பல்சர் பைக்கை எடுத்துக் கிட்டுப் போனான். 11 மணிக்குப் போனான். ஒன்றரை மணிக் கெல்லாம் அவன் உடம்பு ரயில்வே டிராக் கிட்ட கிடப்பதைப் பார்த்திருக்காங்க. அந்தப் பக்கமா போன டிரெயின் டிரைவர் ரயில்வே போலீஸுக்கு தகவல் கொடுத்திருக்கார். டிரெயின்ல அடிபட்டதா தகவல் கொடுக்கல. ஒரு பாடி டிராக் ஓரமா கிடக்குதுன்னு தகவல் கொடுத்திருக்கார். எனக்கும் தகவல் வந்துச்சு" என்கிறார் இளங்கோ.

போஸ்ட்மார்ட்டம் செய்வதில் பெரும் குழப்படியே நடந்திருக் கிறது என்கிறார் விடுதலைச் சிறுத்தைகள் கட்சியின் சிந்தனைச் செல்வன். "போஸ்ட் மார்ட்டம் செய்கையில் நாங்கள் சொல்லும் டாக்டர்களையும் இணைத்துச் செய்யவேண்டும் என்று கேட்டோம். எஸ்.பி. ஆஸ்ரா கர்க்கும் ஒப்புக்கொண்டார். ஆனால் பெற்றோரிடம் கையெழுத்து பெறாமலேயே அவசரம் அவசரமாக போஸ்ட் மார்ட்டம் நடந்தது. வழக்கறிஞர் சங்கர சுப்பு உயர் நீதிமன்றத்தில் தாக்கல் செய்த மனு விசாரணைக்கு 11 மணிக்கு வரவிருக்கும் நிலையில் காலையிலேயே எதற்காக போஸ்ட் மார்ட்டம் செய்யவேண்டும்?" என்கிறார். இதனால் இளவரசனின் உறவினர்களுக்கும் காவல்துறையினருக்கும் வாக்குவாதம் ஏற்பட்டது. இளவரசனின் வழக்கை விசாரிப்பது ரயில்வே காவல்துறை. கட்டமைப்பு வசதிகள் இல்லாத இந்தத் துறை புலனாய்வு செய்வதில் அனுபவம் இல்லாதது. எனவே வழக்கை அவர்கள் விசாரிக்கக் கூடாது என்பது அவர்களின்

வாதமாக இருந்தது. ரயில்வே டி.எஸ்.பி ராஜேந்திரனை புல னாய்வு அதிகாரியாகக் கொண்டு கிராம நிர்வாக அலுவலர் கொடுத்த புகாரின்பேரிலேயே முதல் தகவல் அறிக்கை தாக்கல் செய்யப்பட்டு போஸ்ட் மார்ட்டம் நடத்தப்பட்டது. இளவரசன் தரப்பு கேட்டுக்கொண்ட மருத்துவர்கள் வந்து சேர, அதற்குள்ளாகவே போஸ்ட் மார்ட்டம் நடத்தப்பட்டது அறிந்து உறவினர்கள் கொதித்தனர். சென்னை உயர் நீதிமன்றத்தில் வழக்கறிஞர் சங்கர சுப்பு அளித்த மனுவை ஏற்றுக்கொண்ட நீதிமன்றம் இளவரசனின் உடலை பதப்படுத்தி வைக்கவேண்டு மென்றும், போஸ்ட் மார்ட்டத்தின்போது எடுக்கப்பட்ட விடியோ பதிவை பார்த்து அதில் திருப்தி இல்லாவிட்டால் மீண்டும் போஸ்ட் மார்ட்டம் நடத்தலாம் என்றும் கூறியது.

ஐந்து கோரிக்கைகளை இளவரசன் தரப்பு வைத்தது.

1. ரயில்வே காவல்துறை வழக்கை விசாரிக்கக் கூடாது. பயிற்சி பெற்ற ஒரு குழு இதை விசாரிக்கவேண்டும்.

2. இளவரசனுக்கும் திவ்யாவுக்கும் பாதுகாப்பு அளிக்க வேண்டும் என்று நீதிமன்றம் கூறிய சூழலில் காவல்துறை அவர்களுக்கு பாதுகாப்பு அளித்திருந்தால் திவ்யாவும் இளவரசனும் பிரிந்திருக்கவே வாய்ப்பில்லை. எனவே கடமை தவறிய காவல்துறையினர் மீது நடவடிக்கை எடுக்கவேண்டும்.

3. ஆட்கொணர்வு மனு ஒன்றில் வரம்பை மீறி நீதிமன்றம் இந்த வழக்கை விசாரித்தது. இதனால் ஏற்பட்ட மன அழுத்தம் அவர்கள் இருவரையும் பாதித்தது. சம்பந்தப் பட்ட நீதிபதிகள் மீது தலைமை நீதிபதி விசாரணை நடத்தி நடவடிக்கை எடுக்க வேண்டும்.

4. 144 தடை உத்தரவு என்கிற பெயரில் அஞ்சலி செலுத்த வருபவர்களையும், கட்சித்தலைவர்களையும் அனுமதிக் காமல் தடுக்கக்கூடாது.

5. இளவரசனின் குடும்பம் உடைமைகளை இழந்து, மகனை இழந்து தவிக்கிறது. இவர்களின் மறுவாழ்வுக்கான நட வடிக்கைகளை மேற்கொள்ள வேண்டும்.

இந்த கோரிக்கைகளை உறவினர்களும் விடுதலைச் சிறுத்தை கள் கட்சியைச் சேர்ந்தவர்களும் முன்வைத்தனர்.

இதனிடையே ராணுவத்தில் பணிபுரியும் இளவரசனின் சகோதரர் திரும்பி வரும் வரை காத்திருப்பது என்றும், வீடியோவை போட்டுப்பார்த்து திருப்தியானால் உடல் அடக்கம் நடக்கும் என்றும் இல்லையெனில் மீண்டும் போஸ்ட் மார்ட்டம் செய்வது என்றும் முடிவானது.

இளவரசனின் மரணம் ஒரு தற்கொலை என்றே முதலில் செய்திகள் பரப்பப்பட்டன. பல ஊடகங்களிலும் அவ்வாறே செய்திகள் வந்தன. திவ்யாவின் முடிவால் மனமுடைந்து இளவரசன் சாவை தேர்ந்தெடுத்திருக்கலாம் என்றே அவை கூறின. ஆனால், ரயில்வே தண்டவாளத்துக்கு அருகே கிடந்த இளவரசனின் உடலைப் பார்க்கையில் எழும் கேள்விகளுக்கு பதில் இல்லை. ரயிலில் இருந்து தூக்கி எறியப்பட்ட உடல் போல இல்லை அந்த உடல். மடிப்பு கலையாத உடையுடன், தலையில் மட்டும் அடிபட்டு, மூளை சிதறி அருகில் பையுடன், சிகரெட், மதுப்புட்டியுடன் கிடந்தது இளவரசனின் உடல். இளவரசனின் மரணத்தில் மர்மம் உள்ளது என்றும் அது தற்கொலை அல்ல என்றும் கொந்தளிக்கிறார்கள் இளவரசனின் உறவினர்கள்.

அது கொலையோ தற்கொலையோ, எதுவாக இருந்தாலும் குற்றவாளிகள் தண்டிக்கப்படவேண்டும். ஏனெனில் தற்கொலைக்குத் தூண்டுதலும் குற்றமே. சென்ற ஆண்டு மகாபலிபுரத்தில் நடந்த வன்னியர் சங்க சித்திரைத் திருவிழாவில் காடுவெட்டி குரு பேசியதும், அதன் தொடர்ச்சியாக தர்மபுரி பகுதியில் நடந்த ஒரு பொதுக்கூட்டத்திலும் பேசிய சாதி வெறிப்பேச்சுகளே தர்மபுரி வன்முறைகளுக்குக் காரணம் என்பது ஊரறிந்த ரகசியம். இப்போது இளவரசன் — திவ்யா பிரிவு, இளவரசன் மரணம் என்று எல்லாவற்றிலும் பாட்டாளி மக்கள் கட்சியின் பங்கு உள்ளது. ஆனால் அன்புமணி ராமதாஸ் "இளவரசனின் மரணம் வருந்தத்தக்கது. ஆரம்பத்திலிருந்தே நாங்கள் கூறுகிறோம். அவர்கள் இருவருக்கும் இடையில் யாரும் தலையிட வேண்டாம். நாங்கள் ஒருபோதும் அவர்கள் விவகாரத்தில் தலையிட்டதில்லை" என்றார். ஆனால் இளவரசன்— திவ்யா வழக்கில் ஆஜரானது பா.ம.க. வழக்கறிஞர் பாலுவும் மற்ற பா.ம.க. வழக்கறிஞர்களும்தான்.

இதற்கிடையே வழக்கறிஞர் வைகை சென்னை உயர் நீதி மன்றத்தில் திவ்யாவுக்கு பாதுகாப்பு அளிக்கவேண்டும் என்றும் இளவரசன் மரணம் குறித்து சி.பி.ஐ. விசாரணை வேண்டும் என்றும் கேட்டு மனு தாக்கல் செய்திருக்கிறார்.

வழக்கறிஞர் சங்கரசுப்பு, "இளவரசன் நண்பர் பெயரில் வழக்கு தாக்கல் செய்துள்ளோம். இளவரசன் மரணத்தில் சந்தேகம் உள்ளது. கோவை அல்லது சேலம் மருத்துவமனையில் நாங்கள் விரும்பும் டாக்டர்களை கொண்டு பிரேத பரிசோதனை செய்ய வேண்டும். அப்போதுதான் உண்மை தெரியவரும். தர்மபுரி எஸ்.பி.யுடன் இன்று காலை போனில் தொடர்பு கொண்டு பிரேத பரிசோதனை நடத்த வேண்டாம் என கோரிக்கை வைத்தோம். அவர் அதை நிராகரித்துவிட்டு அவசரம் அவசரமாக பிரேத பரிசோதனை செய்ய உத்தரவிட்டுள்ளார். சட்டம் ஒழுங்கை காப்பாற்ற அரசு முயற்சி செய்கிறது. இளவரசன் மரணத்தை பற்றி அது கவலைப்படவில்லை" என்று தெரிவித்திருக்கிறார். இதே கருத்தையே முன்வைக்கிறார் சிந்தனைச் செல்வன். 144 தடையுத்தரவு மாவட்டத்தில் போடப்பட்டுள்ளதால் அஞ்சலி செலுத்த வருபவர்கள் உள்ளே நுழைய முடியாத அளவுக்கு சிரமம் ஏற்பட்டுள்ளது. அஞ்சலி செலுத்த வந்த புரட்சி பாரதம் தலைவர் பூவை. ஜெகன்மூர்த்தியை கைது செய்தது காவல்துறை. அவரைக் கைது செய்த சிறிது நேரத்தில் கைதை எதிர்த்து சென்னை உள்ளிட்ட இடங்களில் கண்டன ஆர்ப்பாட்டம் நடந்தது.

ஜூலை 4 அன்று மாலை வேளச்சேரியில் பத்திரிகையாளர்களை சந்தித்த விடுதலைச் சிறுத்தைகள் கட்சியின் தலைவர் தொல். திருமாவளவன் "ரயிலில் அடிபட்டு இறந்ததாகச் சொல்லப் படுவதில் பலத்த சந்தேகம் நிலவுகிறது. அந்த சமயத்தில் ரயில் எதுவும் அந்தப் பக்கத்தில் வந்ததாகத் தெரியவில்லை. குர்லா எக்ஸ்பிரஸ் கோவையிலிருந்து 12 மணிக்குப் புறப்படுகிறது. இளவரசனின் உடல் கண்டெடுக்கப்பட்ட நேரமும் இந்த ரயில் வந்த நேரமும் ஒப்பிட்டுப்பார்க்கையில் சந்தேகம் வருகிறது. அவரை அடித்துத்தான் கொன்றிருக்கவேண்டும்" என்று தன் சந்தேகத்தை தெரிவித்தார்.

திவ்யாவின் தாய் தேன்மொழி தொடர்ந்த ஆட்கொணர்வு மனுவில் திவ்யா — இளவரசன் தரப்பில் ஆஜரானவர் வழக் கறிஞர் ரஜினிகாந்த். ஆனால் இன்றைக்கு திவ்யா அம்மாவுடன் இணைந்ததால், அவர் இளவரசன் தரப்பு வழக்கறிஞராகிவிட்ட விநோதம் நிகழ்ந்தது. ஆட்கொணர்வு மனு என்பது ஆளைக் கொண்டு வந்து நிறுத்திவிட்டபின் வேண்டாத வேலைகளுக் கெல்லாம் பயன்படக்கூடாது என்கிறார் ரஜினிகாந்த்.

"ஆட்கொணர்வு மனுதான் திவ்யாவின் தாய் தாக்கல் செய்தார்.

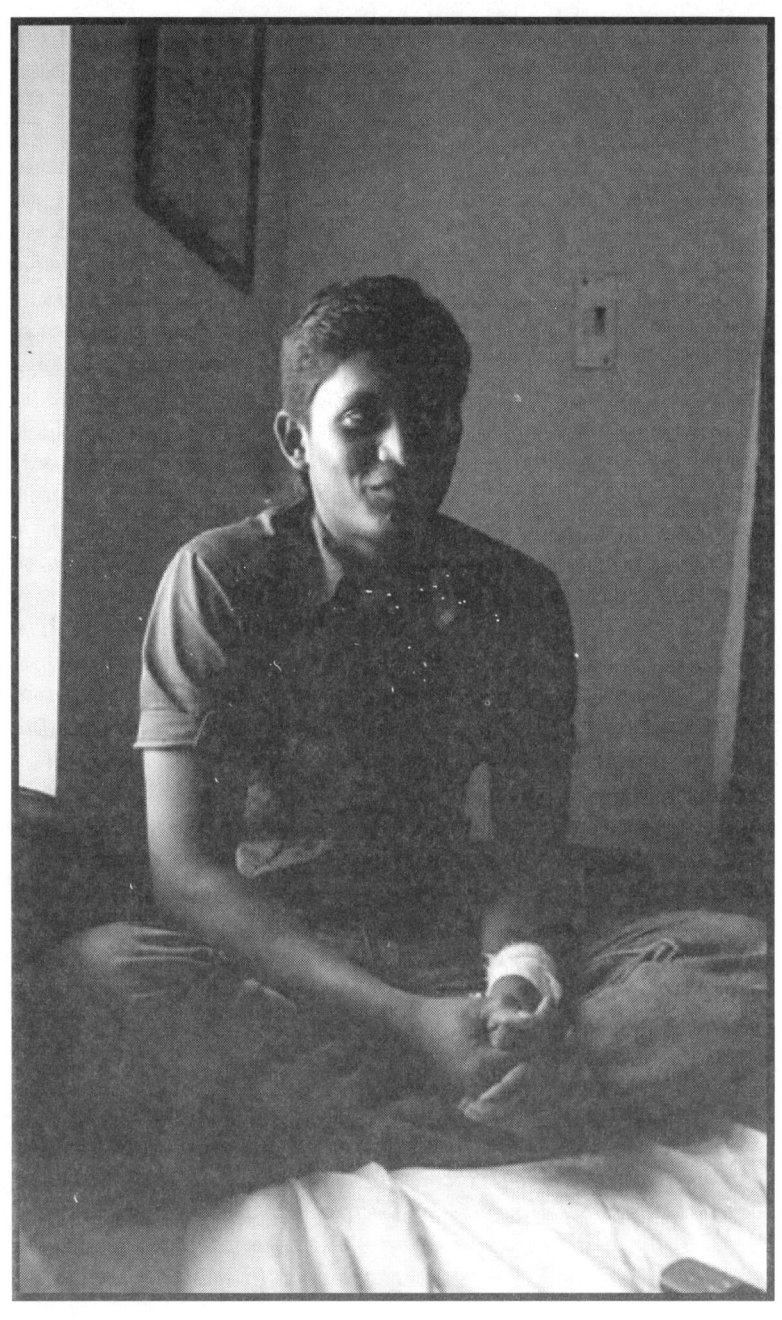

திவ்யாவை ஆஜர்படுத்தியாயிற்று. ஆனால் மீண்டும் மீண்டும் அந்த மனுவை வைத்தே திவ்யாவை இளவரசனிடமிருந்து பிரிக்கும் வேலையைச் செய்தார்கள். சாதிவெறியர்களுக்கு நீதி மன்றம் துணை போனது என்றுதான் சொல்லவேண்டும். நீதி பதிகள் தனி அறையில் திவ்யாவிடம் பேசினார்கள் ஜூலை 1 அன்று. திவ்யா கண்ணீருடன் 'அம்மா விரும்பினால் இளவரசனுடன் வாழ்வேன்' என்று கூறினார். இது நீதிமன்றக் குறிப்புகளில் பதிவாகி உள்ளது. யார் வேண்டுமானாலும் அதை சரிபார்த்துக்கொள்ளலாம். ஆனால் மறுநாள் திவ்யாவோ இளவரசனோ ஆஜராகத் தேவையே இல்லை. அதனால் இளவரசன் தர்மபுரிக்குச் சென்றுவிட்ட நிலையில், தேவை யில்லாமல் திவ்யாவை நீதிமன்றத்துக்கு அழைத்துவந்தார்கள். பா.ம.க. வழக்கறிஞர்கள் அழுத்தம் கொடுத்து நிர்பந்தித்து திவ்யாவை ஊடகங்களிடம் வேறு மாதிரி பேசவைத்தனர். 'இளவரசனுடன் இனி வாழப் போவதில்லை' என்று அவர் தெரிவித்தார். அப்போது நான் தான் ஊடகங்களுக்கு தவறாக தகவல் கொடுத்ததாகவும் கூறினார். எல்லாமே நிர்பந்தத்தினால் வந்த வார்த்தைகள். நீதிமன்றக் குறிப்புகளில் பதிவான ஒரு விஷயத்தை கொஞ்சமும் தயக்கமில்லாமல் பொய்யாகப் பேச வைத்தார்கள் பா.ம.க.வினர். இதற்கு மறுநாள் இளவரசனின் மரணம் நிகழ்ந்திருக்கிறது. இளவரசனின் மரணம் கொலைதான். தற்கொலையாக இருக்க வாய்ப்பில்லை. தலையில் மட்டும் காயம். இடது கையில் சிறிதளவு காயம். அவ்வளவுதான். ரயிலில் அடிபட்டால் இப்படி இருக்காது. அருகிலேயே மது பாட்டில் இருப்பதெல்லாம் பார்த்தால் கொண்டுவந்து வைத்தது போலவே உள்ளது. மிகவும் தைரியமான தன்னம்பிக்கை உடைய இளவரசன் தற்கொலை செய்துகொள்வார் என்பதை நம்ப முடியாது. அவருடைய உடலைப் பார்க்கையில் யாருக்குமே நடந்தது என்ன என்பதை யூகிக்க முடியும். ஆட்கொணர்வு மனுவை விவகாரத்து மனுபோல பாவிக்கக் கூடாது. இது நீதிமன்றமும் சாதியவாதிகளும் சேர்ந்து செய்த கொலை" என்கிறார் ரஜினிகாந்த்.

இளவரசனின் மரணத்தை அடுத்து தொலைக்காட்சிகளில் விவாதங்களும், இருவர் சந்தித்துக்கொண்டால் அதுகுறித்தே பேசுவதுமாக இந்த மரணம் பாதிப்புகளை உண்டாக்கி உள்ளது. இளவரசனின் மரணத்துக்கு எது காரணம்? அப்பட்டமான சாதி வெறி. தர்மபுரி மாவட்டத்தில் காதல் சாதிமறுப்பு திருமணங்கள் ஒன்றும் புதிதல்ல. இப்போதுகூட திவ்யா—இளவரசன்

திருமணத்துக்குப் பின்பு கூட சில காதல் திருமணங்கள் நடந்தேறி இருக்கின்றன. கொண்டம்பட்டியைச் சேர்ந்த நேதாஜி இரண்டு ஆண்டுகளுக்கு முன்பு ஒரு வன்னிய சாதி பெண்ணை மணம் புரிந்ததால் ஊருக்குள் நுழைய முடியாமல் வெளியூரில் மனைவியுடன் வசிக்கிறார். இன்று வரை அவர் எந்த ஊரில் இருக்கிறார் என்று அவருடைய குடும்பத்துக்கே தெரியாது. தர்மபுரி வன்முறையின்போது அவருடைய வீடு குறிவைத்து தாக்கப்பட்டது. அப்போது ஒரு பத்திரிகையில் வெளியான தாயின் புகைப்படத்தைப் பார்த்து அவரைத் தொடர்புகொண்டு கதறினார் நேதாஜி. இவரைப் போல இளவரசனும் திவ்யாவும் எங்காவது வெளியூரில் சென்று வாழ்ந்திருந்தால், தர்மபுரிக்கு வராமலேயே- இருந்திருந்தால் எந்தச் சிக்கலும் இல்லாமல் வாழ்ந்திருப்பார்கள். சென்னையிலும் பெங்களூரிலும் வாழ்ந்த இவர்கள் பொருளாதார வசதி இல்லாத காரணத்தால் வெளியூரில் தங்கும் வசதி இன்றி இளவரசனின் பெற்றோருடன் வந்து தங்கியுள்ளனர். உள்ளூரிலேயே இருந்தது சாதியவாதிகளுக்கு வசதியாகிவிட்டது.

கையில் பணமில்லாமல், இளவரசனும் திவ்யாவும் வழக்குக் காக சென்னை வரை இருசக்கர வாகனத்திலேயே வந்தார்கள் என்று இளவரசனின் பெற்றோர் தெரிவித்தனர். அந்தளவுக்கு பொருளாதார வசதியின்றி இருந்தவர்களுக்கு பணம் மட்டும் இருந்திருந்தால் எங்கோ கண்காணாத இடத்தில் வசித்து உயிருடனாவது இருந்திருப்பார்கள். ஆனால் இன்றைக்கு இளவரசன் உயிருடன் இல்லை. திவ்யாவுக்கு நிம்மதி இல்லை. தந்தையை ஏறகனவே இழந்து மன அழுத்தத்திலிருக்கும் திவ்யாவுக்கு இளவரசனின் மரணம் மிகப்பெரிய அதிர்ச்சியை ஏற்படுத்தி இருக்கும். ஆனால் அவருக்கு இந்தச் செய்தி போய்ச் சேர்ந்ததா என்பதே கேள்விக்குறி. சாதியவாதிகளின் பிடியில் சிக்கியிருக்கும் திவ்யா என்கிற இளம்பெண்ணை மீட்பது என்கிற நோக்கிலேயே வழக்கறிஞர் வைகை சென்னை உயர் நீதிமன்றத்தில் வழக்கு தாக்கல் செய்திருக்கிறார். இளவரசன் தன் இறுதி முயற்சியாக திவ்யா, அவருடைய தாய் தேன்மொழி, அவருடைய சகோதரன் என்று அனைவருக்குமாக சேர்த்து அவர்களை மீட்க வேண்டும், உரிய பாதுகாப்பு அளிக்கவேண்டும் என்று சென்னை உயர் நீதிமன்றத்தில் மனு தாக்கல் செய்திருந்தார். இளவரசனிடம் இந்தியா டுடே எடுத்த முந்தைய பேட்டியிலும் கூட திவ்யாவின் தாய் தேன்மொழி நிர்பந்திக்கப்படுகிறாரென்றும், பா.ம.க.வைச் சேர்ந்த சாதியவாதிகளின் பிடியில் சிக்கியே

அவர் தனக்கு கிடைக்கவேண்டிய காவல்துறை வேலையைக் கூட கிடைக்கவிடாமல் செய்தார் என்றும் தெரிவித்திருந்தார். "இந்தளவுக்கு ஆகும்னு யாருக்குத் தெரியும். நான் பிறந்த சாதிதான் இவங்களுக்குப் பிரச்சனையா போச்சு. இவ்வளவு செய்றவங்க எதையும் செய்வாங்க." என்று இளவரசன் முந்தைய பேட்டியில் கூறியிருந்ததே ஒரு வாக்குமூலமாகி நிற்கிறது. இளவரசனின் மரணம் தற்கொலையா கொலையா என்கிற விவாதங்களையெல்லாம் மீறி அவரைக் கொன்றது சாதியே.

படங்கள்: ராஜசேகர்
இந்தியா டுடே, ஜூலை 2013.

எங்குதான் செல்லும் இந்தக் காதல்?

சீனிவாசன் - பிரதிபா ஜோடிக்கு திருமணமானது 2012 அக்டோபரில். ஒடிஷாவில் வாழ்ந்த அவர்களை ஆட்கொணர்வு மனு ஒன்றைப் போட்டு பிரதிபாவின் பெற்றோர் சென்ற வாரம் மதுரை நீதிமன்றத்துக்கு வரவைத்தனர். தர்மபுரி திவ்யாவைப் போலவே பிரதிபா கணவனுடன்தான் இருப்பேன் என்று கூறிவிட, நீதிமன்றம் பிரதிபாவின் பெற்றோரிடம் தம்பதியின் வாழ்க்கையில் தலையிடக்கூடாது என்று உத்தரவிட்டு அனுப்பினர். திவ்யா வழக்கை நீட்டித்தது போல் நீட்டிக்காமல் உடனடியாக தள்ளுபடி செய்தது நீதிமன்றம்.

காதல் திருமணங்கள் தமிழ்நாட்டுக்குப் புதிதல்ல. ஆனால் அண்மைக் காலமாக காதலர்களும், புதுமண தம்பதிகளும் நீதிமன்றப் படிக்கட்டுகளில் ஏறிக்கொண்டிருக்கிறார்கள். தனி மனித உணர்வான காதலையும், மண வாழ்க்கையையும் காப்பாற்றிக்கொள்ள சட்டத்தையும், காவல்துறையையும், நீதிமன்றங்களையும் எதிர்நோக்கி இருக்கும் அவலநிலைக்கு தமிழகம் தள்ளப்பட்டிருக்கிறது. பெண்ணின் வீட்டிலிருந்து ஆட்கொணர்வு மனு போடுவதும் பெண் நீதிமன்றத்தில் வந்து ஆஜராவதும் காதலர்கள் காவல்துறையில் பாதுகாப்பு கோருவதும் சர்வசாதாரண காட்சிகளாகிவிட்டன.

தனிமனித உணர்வில் நீதிமன்றத்தின் தலையீடு கட்டாயம் என்று உண்டாக்கப்பட்டிருக்கும் இந்தச்சூழல் ஆரோக்கிய மானதுதானா? காதல் இப்போது தன்னைக் காப்பாற்றிக்கொள்ள நீதிதேவதையின் கட்டப்பட்ட கண்களுக்குள்ளாக ஒளியைத் தேடிக்கொண்டிருக்கிறது. இப்போது சேரனின் மகள் தாமினி விஷயமும் நீதிமன்றத்தில் உள்ளது. 18 வயதுக்குட்பட்ட காதலர் கள் தொடர்பான வழக்குகளை நீதிமன்றம் கையாளலாம்; ஆனால் 18 வயதிற்கு மேற்பட்டவர்களின் காதல் குறித்த வழக்கு களை நீதிமன்றம் இனி எடுக்கப்போவதில்லை என்று அறிவிப்பது நல்லது என்கிறார் அஜிதா. "ஒரு பெண் காதலிக்கட்டுமே என்ன தவறு என்று பெற்றோரும் விடுவதில்லை. ஆறு மாதமோ, ஒரு வருடமோ கழிந்தால் அவன் சரியானவனா என்று அவளே கணிப்பாள். ஆனால் அதற்கு வாய்ப்பு தராமல் "நீங்கள் இருவரும் பேசக்கூடாது'' என்று தடைவிதிப்பது சரியல்ல. அதுதான் பிரச்சனையை சிக்கலாக்கும். ஒருவனையே காதலிக்கவேண்டும், அவனையே கைபிடிக்கவேண்டும், கற்போடு இருக்கவேண்டும் என்கிற கருத்தின் அடிப்படையிலேயே பெண் காதலித்தால் பதறுகிறார்கள். அவளுக்கு ஒரு காதலுக்கு மேல் வர வாய்ப்பில்லை என்று அவர்களாகவே முடிவு செய்துகொள்கிறார்கள். எல்லா பிரச்சனைகளும் இதிலிருந்துதான் துவங்குகின்றன" என்கிறார் அஜிதா.

இளவரசன் - திவ்யா விவகாரத்துக்குப் பின் மட்டும் தமிழகத்தில் பல காதல்கள் நீதிமன்றத்துகு வந்திருக்கின்றன. அரியலூர் மாவட்டத்தைச் சேர்ந்த செந்தமிழ்ச் செல்வி-விமல்ராஜ் தம்பதி தங்கள் உயிருக்கு பாதுகாப்பு கேட்டு தஞ்சை காவல்துறையில் புகார் அளித்துள்ளனர். கடலூரை சேர்ந்த சௌமியா - அம்பேத்ராஜன் தம்பதி, விழுப்புரம் மாவட்டம் பள்ளிப்புதுப்பட்டு கிராமத்தைச் சேர்ந்த கனி மொழி - வேல்முருகன் தம்பதியும், நீடாமங்கலத்தைச் சேர்ந்த கீதா - ராமச்சந்திரன் தம்பதியும் பாதுகாப்பு கேட்டு காவல் துறையை நாடியவர்கள். இவை எல்லாமே இளவரசன் - திவ்யா பிரிவுக்குப் பின்னர் நிகழ்ந்தவை. தர்மபுரி மாவட்டம் வேப்பமரத்தூரு சுரேஷ் - சுதா தம்பதிக்கு வித்தியாசமான பிரச் சனை. மணமாகி ஒரு குழந்தையும் ஆனபின் ஊரில் உள்ள சாதி பஞ்சாயத்தில் சுதாவின் சாதிச் சான்றிதழைக் கேட்டிருக் கிறார்கள். தர மறுத்திருக்கிறார் சுரேஷ். சுதா ஒரு தலித் என்கிற தகவலை வேறு வழிகளில் பெற்றுக்கொண்டவர்கள் இவர்களை

ஊரைவிட்டு ஒதுக்கி வைத்திருக்கின்றனர். இப்போது பாதுகாப்பு கேட்டு சென்னை உயர் நீதிமன்றத்தில் வழக்கு தொடர்ந்திருக் கின்றனர்.

"சாதிய உணர்வு கொண்டவர்கள் முன்பு அடக்கி வாசித் தார்கள். இப்போது ராமதாஸ் போன்றவர்கள் கொடுத்த தைரியத்தில் மிக வெளிப்படையாக தங்கள் சாதிய உணர்வை முன்னிறுத்துகிறார்கள். சாதி பஞ்சாயத்துக்களை கட்டுப் படுத்தும் சட்டம் உடனடியாக நடைமுறைக்கு வரவேண்டும். அப்போதுதான் அச்சம் இருக்கும். இப்போது ராமதாஸ் மீது அரசு நடவடிக்கை எடுத்ததால், சாதியவாதிகள் வெளிப்படை யான செயல்பாடுகளில் ஈடுபடாமல் தம்பதிகளை அச்சுறுத்து வது போன்ற ரகசிய செயல்பாடுகளில் ஈடுபடுவதைக் காண முடிகிறது. இப்படி சாதி மறுப்பு மணம் புரிந்தவர்களுக்கு பாதுகாப்பில்லாத சூழல் நிலவுவதும் நீதிமன்றம், காவல்துறை தலையிட வேண்டியிருப்பதும் வருந்தத்தக்க நிலைதான். நம் சமூகத்தை 50 ஆண்டுகள் பின்னிழுத்துச் சென்றது போல் உள் ளது" என்கிறார் திராவிடர் விடுதலைக் கழகத்தின் தலைவர் கொளத்தூர் மணி.

இந்தியா டுடே, ஆகஸ்ட் 2013.

இறந்தபின்னும் துயரம்

மனிதக் கழிவுகளை மனிதனே சுமக்கும் அவலம் நீடித்துவரும் நிலையில், அந்த துப்புரவுப் பணியை அருந்ததியின தலித் மக்கள் தான் செய்துவருகிறார்கள். அவர்களில் யாரேனும் இறந்தால் அடக்கம் செய்ய இடுகாடு கூட இல்லாமல் அல்லாடுவது ஒரு சமூக வன்முறை. 40 ஆண்டுகாலமாக இடுகாட்டுக்கான போராட்டத்தில் இருக்கின்றனர் ஈரோடு மாவட்டம் சென்னிமலை அருகே உள்ள வடுகபாளையம் கிராமத்தில் வசிக்கும் சுமார் 70 குடும்பங்கள். மாவட்ட நிர்வாகம் தொடங்கி தலைமைச் செயலகம் வரை அரசிடம் பல முறை புகார் மனுக்கள் அளித்தும் இடுகாடு வசதி ஏற்படுத்தப்படவில்லை என்று கூறி வடுகபாளையம் கிராம மக்கள் சென்னிமலை பேருந்து நிலையம் முன்பு செப் 13 அன்று ஆர்ப்பாட்டம் நடத்தினர்.

இத்தனை நாட்களாக அங்கிருந்த ஒரு புறம்போக்கு நிலத்தையே இடுகாடாக பயன்படுத்தி வந்திருக்கிறார்கள். அந்த இடம் ஊரிலிருந்து 4 கி.மீ. தொலைவில் உள்ளது. மழைக் காலங்களில் அந்த இடத்தை பயன்படுத்தமுடியாது. அருகில் உள்ள கால்வாயிலிருந்து தண்ணீர் ஊறி அங்கே கால்வைக்க முடியாது. அந்த சமயங்களில் 8 கி.மீ. சுற்றிக்கொண்டுதான் இடத்தைச் சென்றடைய முடியும். அதற்கும் வந்தது வினை. அரசு இனி அந்த இடத்தை பயன்படுத்தக்கூடாது என்று

உத்தரவிட்டது. அப்படியென்றால் இடுகாட்டுக்கென்று தனியே இடம் ஒதுக்கித் தாருங்கள் என்று கேட்டபின், தலித் மக்கள் குடியிருப்புக்கு அருகிலேயே ஓரிடத்தை இடுகாட்டுக்கென ஒதுக்கியது. "ஆனால் தலித் மக்கள் அந்த இடத்தை இடுகாடாக பயன்படுத்துவதை ஆதிக்கசாதியான கவுண்டர் சாதியில் உள்ள சிலர் அனுமதிக்கவில்லை" என்கிறார் போராட்டக்குழுவில் இருக்கும் லோகநாதன். பிரச்சனை ஆனவுடன் பெருந்துறை வருவாய் வட்டாட்சியரும், காங்கேயம் சட்டமன்ற உறுப்பினரும் வந்து இடத்தை பார்வையிட்டு மறு உத்தரவு வரும்வரை யாரும் இடத்தை பயன்படுத்தக்கூடாது என்று தெரிவித்து விட்டுச் சென்றனர். "ஆனால் ஆதிக்கசாதி தரப்பைச் சேர்ந்த டி.கே.பெரியசாமி என்பவரின் தூண்டுதலின்பேரில் அந்த இடத்தில் சாமிக்கு பொங்கல் வைத்து வழிபட்டனர். மேலும் அந்த இடத்தை குளமாக மாற்றவும் முயற்சி நடக்கிறது. அப்படி யென்றால் நாங்கள் இடுகாட்டுக்கு எங்கே செல்வது"என கேட் கின்றனர் தலித் மக்கள்.

மே மாதம் 15ம் தேதியன்று முருகன் என்பவர் இறந்துவிட, அவரை புதைக்கக்கூடாது என்று தகராறு ஆகிவிட, தலித் மக்கள் பிணத்துடன் சென்று சாலை மறியலில் அமர்ந்தனர். காவல்துறை பிணத்தை கைப்பற்றி முன்பு பயன்படுத்திவந்த இடுகாட்டில் வைத்து அடக்கம் செய்துவிட்டு ஒரு பெண் உட்பட தலித் மக்கள் 35 பேர் மீது அரசு ஊழியரை பணிசெய்ய விடாமல் தடுத்ததாக குற்றம் சாட்டி முதல் தகவல் அறிக்கை போடப்பட்டதாக ஊர்மக்கள் குற்றம் சாட்டுகிறார்கள். இதில் 26 பேரை விசாரணை செய்ய அழைத்துச் சென்று சிறையில் அடைத்தது காவல்துறை.

இந்த வழக்குகளை திரும்பப் பெறக் கோரியும், இடுகாட்டு வசதி செய்து தருமாறும் கோரியே மக்கள் பலவிதத்திலும் போராடிவருகின்றனர். இது குறித்து காவல்துறை ஆய்வாளர் சிவகுமாரிடம் பேசியபோது "வழக்குகளை வாபஸ் பெறுவது குறித்து நான் முடிவெடுக்கமுடியாது. அரசாங்க மேலதிகாரிகள் உத்தரவு போட்டால் வாபஸ் பெற தயார்" என்கிறார். சுதந்திரம் பெற்று இத்தனை ஆண்டுகள் ஆனபின்னும் தலித் மக்களுக்கு மட்டும் செத்தால் புதைக்க நாதியில்லாத நாடாகவே இந்தியா இருக்கிறது என்பது மட்டும் முகத்தில் அறையும் உண்மை.

இந்தியா டுடே, அக்டோபர் 2013.

இணைய சாதிகள்

சமூக வலைத்தள ஊடகங்களாகிய ஃபேஸ்புக், ட்விட்டர் போன்றவை இன்றைக்கு அரசியல் மாற்றத்தை ஏற்படுத்துபவை என்றும் ஒரு திரைப்படத்தின் வெற்றி தோல்வியை தீர்மானிக்கக் கூடியதாகவும் உள்ளது. ஒரு திரைப்படம் வெளியானால் கூட ஃபேஸ்புக்கில் அதற்கு என்ன எதிர்வினை என்பதில் திரைத் துறையினர் ஆர்வம் காட்டுகின்றனர். இப்படி வாழ்வின் ஒரு அங்கமாக மாறிவிட்ட சமூக வலைத்தளங்களில் உண்மையில் ஆக்கபூர்வமாக ஏதாவது நடைபெறுகிறதா அல்லது வெறும் பொழுதுபோக்குக்காக பயன்படுத்தப்படுகின்றவா என்கிற ஆராய்ச்சியில் இறங்கினால், இவற்றை ஆக்கபூர்வமாக பயன் படுத்துபவர்கள் எண்ணிக்கையில் மிகவும் குறைவாகவே உள்ளனர். குறிப்பாக சமூக வலைத்தளத்தில் இயங்கும் பெரும் பாலான தமிழர்களின் உளவியல் ஆபத்தானதாக உள்ளது.

முன்பொரு காலம் இருந்தது. தெருக்களிலும், ஊர்ப்பெயர் களிலும் உள்ள சாதிப் பெயர்களை அகற்றிய காலம் அது. நபர்களின் பெயருக்குப் பின்னாலும் சாதியைப் போடுவது இழிவென கருதப்படும் தமிழ்நாட்டின் இந்த நிலைக்கு பெரி யார் உட்பட பல சீர்த்திருத்தவாதிகள் சாதி ஒழிப்புக்காக போராடியிருக்கின்றனர். அதன் காரணமாக வெளிப்படையாக சாதிவெறியைக் காட்டுவது தவறு என்றிருந்தது. ஆனால்

இன்றைக்கு மிக பூதாகரமாக சாதிவுணர்வு வெளியே வர சமூக ஊடகங்கள் ஒரு வாய்ப்பாக அமைந்திருப்பதைப் பார்க்க முடிகிறது. நன்கு படித்த வேலையில் இருக்கும் ஓர் தமிழ் இளைஞன் ஓர் அரசியல் கட்சியின்பால், ஒரு சமூக இயக்கத்தின்பால், ஒரு திரைப்படக் கலைஞரின்பால் ஈர்க்கப்படுவதை புரிந்து கொள்ள முடியும். தேடல் உருவாகும் வயதில் அந்தத் தேடலுக் கான ஒரு வடிகாலாய் ஏதோ ஒன்றை நினைத்து அதில் ஈடு படுவதை புரிந்துகொள்ள முடியும். ஆனால் தன் சாதியின் பின்னால் அணிவகுக்கும் ஆபத்தான போக்கில் இளைஞர்கள் ஈடுபடுவதைப் பார்க்க முடிகிறது. ஒவ்வொரு சாதிக்கும் தனித் தனி குழுக்கள் வலைத்தளங்களில் இயங்குகின்றன. அவற்றில் உறுப்பினர்களாக எந்த கூச்சமும் இன்றி இந்த படித்த தலைமுறை இயங்குகிறது. தன் பெயருக்குப் பின்னால் சாதிப் பெயரைப் போட்டுக்கொள்கிறது. இப்படி எல்லாமும் செய்யும் இந்த இளைய தலைமுறை தனக்கான அடையாளமாய் சாதியைத் தாங்கிப் பிடிப்பது அதிர்ச்சிகரமானது. இந்த திடீர்ப் போக்குக்கு என்ன காரணம்?

சமூக வலைத்தளங்களை உற்றுநோக்குபவரும் திரைப்பட இயக்குநருமான ராம் "உலகமயமாக்கலின் வீழ்ச்சி இது. சாதி மதம் என்று நம்மை குழு குழுவாகப் பிரித்துவிட்டது உலகமயமாக்கல். பெரியாரை நவீனமயமாக்கலுடன் தொடர்புபடுத்தலாம். நவீன மயமாக்கல் உற்பத்தியை அதிகரித்தது. அது தொழிற்துறையுடன் தொடர்புடையதாகவும் இருந்தது. ஆனால் உலகமயமாக்கல் உற்பத்தியை விட சேவைத்துறைக்கு முன்னுரிமை கொடுக்கிறது. அது இயல்பாகவே தனி சாதி, தனிக்குழு, தனி மதம் என்பதில் போய் முடிகிறது. நிலவுடைமை சமுதாயத்தின் கூறுகளாகவே சாதி இன்றைக்கு இருக்கிறது. கடந்த பத்தாண்டுகளாகவே சாதியை மீட்டுருவாக்க முனையும் முயற்சிகளைப் பார்க்கிறோம். இனி தேசம், தேசியம் என்கிற சொற்களுக்கு அர்த்தமில்லாமல் போகும். சாதி போன்ற தனித்தனி அடையாளங்கள்தான் கலாச் சாரம் என்று பார்க்கப்படும். நிலைமை இன்னும் மோசமாகும்" என்கிறார்.

சாதியரீதியான அணிதிரட்டலை சமூக வலைத்தளங்கள் மிக இயல்பாகவும் எளிதாகவும் செய்து முடிக்கின்றன. எப்படி பழைய நண்பர்களை, உலகின் எந்த மூலையில் இருந்தாலும் ஒன்று திரட்ட முடிகிறதோ அதுபோலவே தன் சாதியைச் சார்ந்தவர் உலகின் எந்த மூலையில் இருந்தாலும் அவரை அடையாளம்

காண்பதும், தன்னுடன் இணைத்துக்கொள்வதும் எளிதாக உள் ளது. முன்பெல்லாம் சாதிக்காரர்களை திரட்ட மாநாடுகளும் கூட்டங்களும் நடந்தன. இப்போது சமூக ஊடகங்கள் அவற்றை மிகவும் எளிதாக்குகின்றன. இணையதளத்தில் இயங்கும் ஒவ் வொரு சாதிக்கும் தனித்தனியே கூட்டங்கள் நடைபெறுகின்றன. சாதி வெறி அவர்களை தனிப்பட்ட தாக்குதல்களிலும், பாலி யல் ரீதியான சொல்லாடல்களை பயன்படுத்துவதிலும் ஈடுபட வைக்கின்றது.

“வெளியில் சொல்ல வெட்கப்பட்ட சாதி அடையாளத்தை இன்றைக்கு தமிழர்கள் பெருமையாக போட்டுக்கொள்கிறார்கள். தமிழ்நாட்டைப் பொருத்தவரை வேலை பார்க்கும் இடத்தில் அல்லது வேறு ஒரு பொதுவெளியில் சாதிப் பெயரைச் சொல்லி ஒருவரை திட்டிவிட்டுப் போய்விட முடியுமா? அப்படிச் செய் தால் பலருக்கு பதில் சொல்லவேண்டும். அது கேவலம் என்கிற பார்வை இங்கே ஆழமாக விதைக்கப்பட்டிருக்கிறது. ஆனால் சாதி அடையாளத்தை வெளிப்படுத்தி சோதனை செய்துபார்க்கும் கடைசி முயற்சியாக சமூக ஊடகங்களை சாதியவாதிகள் பயன்படுத்துகிறார்கள். முகமூடிகளை பயன்படுத்திக்கொண்டு எந்த சாதியினரையும் மதத்தினரையும் இகழும் வசதி இங்கே இருக்கிறது. சமுதாயத்தின் உண்மை முகம் இங்கே வெளிப் படுகிறது” என்கிறார் எழுத்தாளர் மனுஷ்யபுத்திரன்.

“ஒரு உதாரணம் சொல்கிறேன். பொது வாழ்க்கையில் தமிழ்த் தேசியவாதிகள் திராவிட இயக்கங்களை இணைத்துக் கொண்டுதான் எல்லா இயக்கங்களையும் முன்னெடுக்கின்றனர். ஆனால் சமூக ஊடகங்களில் மட்டும் தமிழ்தேசியவாதிகள் தொடர்ந்து திராவிட இயக்கங்களை திட்டுவதையும் தாக்கு வதையும், அவர்களை ஒழித்துக்கட்டவேண்டும் என்று செயல் படுவதையும் பார்க்க முடிகிறது. ஆக வெளியில் வேறு மாதிரி செயல்பட்டாலும் அவர்களின் உள்ளத்தில் உள்ளதை சமூக ஊடகங்களில் வெளிப்படுத்திவிடுகிறார்கள். ஆக சமூக ஊடகங் கள் அடிமனதில் உள்ளவற்றை வெளிச்சம் போட்டுக் காண்பிக்க ஓர் இசைவான இடமாக இருக்கிறது. ஆணாதிக்கவாதிகள் பெண்களுக்கு எதிராகவும், சாதியவாதிகளும் தாழ்த்தப்பட்ட மக்களை ஒழித்துக்கட்டவேண்டும் என்கிற எண்ணத்தில் வெளி யில் குறைவாகப் பேசினாலும் சமூக ஊடகங்களில் அதிகமாக எழுதுகின்றனர். சமூகத்தை பிரதிபலிப்பதை விட சமூக ஊட கங்கள் சமூகத்தின் அகமனதை திறந்து காட்டுகின்றன எனலாம்.

இது ஆரோக்கியமான போக்கு அல்ல” என்கிறார்.

சமூக ஊடகங்களில் சாதிரீதியான அணிதிரட்டல் என்பதை ஒடுக்கப்பட்ட சாதியினருக்கும் ஒடுக்கும் சாதியினருக்கும் ஒரே அளவுகோல் வைத்துப் பார்க்ககூடாது என்கிறார் எழுத்தாளர் பாமரன். “அச்சத்திலும் பாதுகாப்பின்மை காரணமாகவும் ஒன்றாகச் சேரும் ஒடுக்கப்படும் சாதியினரையும், அச்சுறுத்த ஒன்றாக சேரும் ஆதிக்க சாதிக்காரர்களையும் ஒன்றாகப் பார்க்கக் கூடாது. இது மதங்களுக்கும் பொருந்தும். உளவுத்துறைக்கு சமூக ஊடகங்கள் மிகப்பெரிய உதவிபுரிகின்றன. ஆதிக்க சாதி அடையாளத்துடன் நூறு பேர் வந்தால், அதில் பாதி உளவுத்துறையின் வேலை என்று நான் உறுதியாக நம்புகிறேன். ஏற்கனவே சாதிரீதியாக பிரிந்துகிடக்கும் தமிழ்ச்சமூகத்தை மேலும் பிரித்தாளும் சூழ்ச்சியை அதிகாரம் செய்யும். என்னை கோபப்படுத்தவேண்டுமென்றால் எந்தப் பெயரில் வரவேண்டும், என்ன சொல்லி திட்டவேண்டும் என்பதையும் உளவுத்துறை அறியும். சாதியவாதிகள் பாதி உளவுத்துறை பாதி என்றுதான் சமூக ஊடகங்களின் சாதிய மோதல்களை பார்க்கவேண்டும். அப்படிப் பார்க்க நாம் தவறுகிறோம் என்று நினைக்கிறேன்” என்கிறார் பாமரன்.

“இணையத்தில் இருக்கிறார்கள் என்பதாலேயே அவர்கள் அறிவால் நவீனமானவர்கள் என்று கூறமுடியாது. கௌரவக் கொலைகளை, சாதிய வன்முறைகளை ஆதரிப்பவர்களாகவும், சாதிமறுப்பு திருமணங்களை எதிர்ப்பவர்களாகவும் இருக்கிறார் கள். நமக்கும் ஒரு கூட்டம் இருக்கிறது என்ற எண்ணம் வேறு. சாதிக்கு எதிரானவர்களை இழிவு செய்கிறார்கள். அவர்களை நட்புப் பட்டியலில் இருந்து நீக்கி ப்ளாக் செய்யவேண்டும். நிலைமை மோசமானால் காவல்துறைக்கும் செல்லலாம். அனை வரும் சமம் என்னும் ஜனநாயக நாட்டில் அவர்கள் செயல்பட இடமில்லை. நாஜிக்களுக்கு எதிராக ஐரோப்பாவில் எழுச்சி உண்டானது போல இங்கும் உருவாக வேண்டும்” என்கிறார் தலித் ஆதரவு கருத்துக்காக ட்விட்டரில் பாலியல் ரீதியாக தாக்கப்பட்டதால் காவல்துறையில் புகார் அளித்த எழுத்தாளர் மீனா கந்தசாமி. அவரது புகார் மீது இதுவரை நடவடிக்கை ஏதுமில்லை.

சாதியவாதிகள் ஒருபுறம் சமூக ஊடகங்களில் ஆதிக்கம் செலுத்தினாலும் தொடர்ந்து ஜனநாயகவாதிகளும் முற்போக்கு

இயக்கங்களும் எதிர்வினை ஆற்றுவதையும் காண முடிகிறது. ஆனால் இவர்களின் உரையாடலில் உள்ள நாகரிகமும் பண்பும் சாதிய அடையாளங்களுடன் வருபவர்களிடம் இல்லை. கெட்ட வார்த்தைகள் மூலம் ஒருவரை கோபமடையச் செய்யும் போது உரையாடலின் தரம் குறைகிறது. எதிர்வினை ஆற்றுபவர்கள் பலர் அத்துடன் உரையாடுவதை நிறுத்திக்கொள்வதால் சாதிய வாதிகள் சுதந்திரமாகவும் எதிர்க்குரலற்றும் உலவுவதைக் காண முடிகிறது. சாதிக்கொரு குழு உள்ளது போன்றே சாதி ஒழிப்புக் கென்றும் குழுக்கள் உள்ளன என்றாலும் அப்படிப்பட்ட குழுக்களும், தனிநபர்களும் குறைவானவர்களே.

சமூக ஊடகத்தில் எழுத, எழுத்தாளராகவோ, அறிவுஜீவியாகவோ, அறிவாளியாகவோ இருக்கவேண்டுமென்கிற அவசியம் இல்லை. சாமானிய மக்களும் எழுதலாம் என்பதே சமூக ஊடகங்களின் சிறப்பு. ஆனால் அது தவறாக பயன்படுத்தப் படும்போது அதற்கென சட்டங்கள் தேவை என்கிறார் திண்டுக்கல் எம்.எல்.ஏ. பாலபாரதி. "ஒரு பொதுமேடையில் ஒரு தலித் குறித்து தவறாக சாதிப்பெயர் சொல்லித் திட்டினால் எப்படி பி.சி.ஆர். வழக்கு போடமுடியுமோ அதுபோலவே சமூக ஊடகத்தில் எழுதினாலும் போடவேண்டும். கருத்து சுதந்திரம் என்கிற பெயரில் எதைவேண்டுமானாலும் எழுத முடியுமா என்ன?" என்கிறார் பாலபாரதி.

இந்தியா டுடே, அக்டோபர் 2013.

தமிழகத்தில் பறிபோகிறதா சமூகநீதி?

சமூக நீதியில் முன்னோடி மாநிலம் என்று பெயர்பெற்ற தமிழ் நாட்டில் அண்மைக்காலமாக நடக்கும் சம்பவங்கள் சமூக நீதிக்கு பங்கம் வந்துவிடுமோ என்ற ஐயத்தை சமூக இயக்கங்களுக்கு தோற்றுவித்துள்ளது. சென்னையில் செயல்படவிருக்கும் பல் நோக்கு சிறப்பு மருத்துவமனைக்கான பணி நியமனங்களில் இட ஒதுக்கீடு கிடையாது என்கிற தமிழக அரசின் அறிவிப்பு சமூக நீதிக்கான போராட்டங்கள் பல நடந்த தமிழக மண்ணில் அதிருப்தியை உருவாக்கியுள்ளது.

அரசின் அறிவிப்பையடுத்து திராவிடர் கழகத் தலைவர் கி.வீரமணியைத் தொடர்ந்து தி.மு.க. தலைவர் கருணாநிதியும் அறிவிப்பினை எதிர்த்து அறிக்கை வெளியிட்டார். பாட்டாளி மக்கள் கட்சி, திராவிடர் விடுதலைக் கழகம், விடுதலைச் சிறுத்தைகள் கட்சி, மனித நேய மக்கள் கட்சி போன்ற அமைப்புகள் இந்த அறிவிப்பை எதிர்க்கின்றன. திராவிடர் கழகம் பெரியார் திடலில் இதுதொடர்பான அனைத்துக்கட்சிக் கூட்டமொன்றைக் கூட்டி விவாதித்தது. ஜனவரி 13 அன்று பெரியார் திடலில் பொதுக்கூட்டம் ஒன்றும் சமூக நீதியை வலியுறுத்தி நடந்தது. தி.மு.க. ஜனவரி 21 அன்று கண்டன ஆர்ப்பாட்டம் ஒன்றை நடத்தியது. இத்தனை எதிர்ப்புகள் வந்தாலும் முதல்வர் ஜெயலலிதா இவ்விஷயத்தில்

அசைந்துகொடுக்க மறுக்கிறார்.

சென்னையில் பல்நோக்கு சிறப்பு மருத்துவமனைக்கான பணிகளுக்கான விளம்பரத்தை வெளியிட்ட தமிழக அரசு அவ் விளம்பரத்தில் 4 விஷயங்களைத் தெரிவித்திருந்தது. 1. இட ஒதுக்கீடு முறை பின்பற்றப்படாது 2. ஒப்பந்த அடிப்படையில் மருத்துவர்கள் நியமிக்கப்படுவர் 3. இந்தியா முழுவதுமிருந்து மருத்துவர்கள் விண்ணப்பிக்கலாம். 4. ஓய்வு பெற்றவர்களும் விண்ணப்பிக்கலாம். அத்துடன் அவர்களுக்கான ஊதியமும் இப்போதிருப்பதைவிட பன்மடங்கு உயர்த்தி வழங்கப்படும் என்றும் அறிவித்திருந்தது. தி.மு.க. தலைவரின் எதிர்ப்பு அறிக்கை வந்தவுடன் முதல்வர் ஜெயலலிதா வெளியிட்ட விளக்க அறிக்கையில் உச்ச நீதிமன்றத்தின் தீர்ப்பினை சுட்டிக்காட்டியிருந்தார். "இந்திய அரசுக்கு எதிராக எய்ம்ஸ் பேராசிரியர்கள் சங்கம் தொடர்ந்த வழக்கினை விசாரித்த உச்ச நீதிமன்றம், தனது 18.7.2013 தீர்ப்பில், பல்துறை உயர் சிறப்பு மருத்துவமனை, பொறியியல் மற்றும் இதர அறிவியல் மற்றும் தொழில்நுட்பப் பதவிகளில் இட ஒதுக்கீட்டினை பின்பற்றுவது சரியாக இருக்காது என்று இந்திரா சஹானி வழக்கில் அளிக்கப்பட்ட தீர்ப்பை மாற்ற இயலாது என்று தெரிவித்துள்ளது. இத்தீர்ப்பை எதிர்த்து மத்திய அரசு உச்ச நீதிமன்றத்தில் சீராய்வு மனு தாக்கல் செய்துள்ளது. இம்மனு இன்னும் விசாரணைக்கு எடுத்துக்கொள்ளப்படவில்லை. உச்ச நீதிமன்றத்தின் இத்தீர்ப்பினையும், நடைமுறையில் உள்ள விதி யினையும் முன்மாதிரியையும் கருத்தில்கொண்டே விளம்பரம் வெளியிடப்பட்டது" என ஜெயலலிதா தெரிவித்திருந்தார்.

"தமிழக அரசு சுட்டிக்காட்டியுள்ள வரிகள் கருத்துரை ஆலோசனைகளே தவிர தீர்ப்பு அல்ல; முதல்வர் குறிப்பிடும் தீர்ப்புக்குப் பின் அதே ஆண்டில் எய்ம்ஸ் மருத்துவமனை ஒப்பந்த அடிப்படையில் பேராசிரியர் பதவிகளுக்கான விளம் பரத்தில் இட ஒதுக்கீடு அளிக்கப்பட்டுள்ளது. தீர்ப்புக்குப் பின் மத்திய சுகாதாரத்துறை அமைச்சகம் செப்டம்பர் 12 2013 அன்று ஓர் ஆணை பிறப்பித்தது. நாடாளுமன்றத்தில் எதிர்க் கட்சிகளின் விவாதங்களை அடுத்து உச்ச நீதிமன்றத்தின் கருத்து ஒருபக்கம் இருந்தாலும் புதிய நியமனங்களில் இட ஒதுக்கீட்டை பின்பற்றவேண்டும் என ஆணை பிறப்பித்தது." என்று திராவிடர் கழகத் தலைவர் கி.வீரமணி கூறுகிறார். முதல்வர் ஜெயலலிதா தன் அறிக்கையில் ஒப்பந்த முறையில் பணி நியமனம் செய்யப்படுபவர்களுக்கு இட ஒதுக்கீடு

பொருந்தாது என்று கூறியிருந்தார். இதை மறுத்த திராவிடர் கழகம் ஆதாரமாக 16.11.2013 அன்று ரிஷிகேஷ் — எய்ம்ஸ் மருத்துவமனைக்கான பணி நியமன ஆணையில் ஒப்பந்த நியமனமாக இருந்தாலும் இடஒதுக்கீடு பின்பற்றப்பட்டுள்ளதை சுட்டிக்காட்டி அதற்கான ஆதாரத்தையும் பத்திரிகைகளுக்கு வெளியிட விஷயம் சூடுபிடித்தது.

முன்பு அ.தி.மு.க. ஆட்சிக்காலத்தில் இட ஒதுக்கீடு 50 சதவிகிதத் துக்கு மேல் போகக் கூடாது என்கிற உச்ச நீதிமன்றத் தீர்ப்பு காரணமாக, 1980 முதலே தமிழ்நாட்டில் நடைமுறையிலிருக்கும் 69% இட ஒதுக்கீட்டுக்கு பங்கம் வந்துவிடாமல் காப்பதற்காக அதுவரை அரசு ஆணையாக மட்டுமிருந்த இடஒதுக்கீடு, சட்ட மன்றத்தைக் கூட்டி முதல்முறையாக அரசியல் சட்ட 31—சி பிரிவின்படி சட்டமாக்கப்பட்டது. 1992 மண்டல் ஆணைக்கு முன்பிருந்தே செயல்படும் வகையில் அரசியல் 76வது சட்டத் திருத்தமாக 9 வது அட்டவணைப் பாதுகாப்புடன் நாடாளு மன்றத்தில் எதிர்ப்பின்றி நிறைவேற்றப்பட்டு, நரசிம்மராவ் காலத்தில், அப்போதைய குடியரசுத் தலைவர் சங்கர் தயாள் சர்மாவின் ஒப்புதல் பெறப்பட்டது. இதனை எதிர்த்துப் போடப்பட்ட வழக்கும்கூட தள்ளுபடி செய்யப்பட்டது. இதன் காரணமாகவே 'சமூக நீதிகாத்த வீராங்கனை' என்று அப்போது கி.வீரமணி ஜெயலலிதாவை அடைமொழியிட்டு அழைத்தார். அந்த அடைமொழியை இன்றளவும் அதிமுக பயன்படுத்துகிறது. ஆனால் இப்போது அதே ஜெயலலிதாதான் இட ஒதுக்கீடு கிடையாது என்கிறார்.

பாட்டாளி மக்கள் கட்சியைச் சேர்ந்த வழக்கறிஞர் பாலு "உச்ச நீதிமன்றத் தீர்ப்பை புரிந்துகொள்ளாமல் செயல்படுகிறது தமிழக அரசு. பா.ம.க., தி.மு.க. போன்ற கட்சிகள் குற்றம்சாட்டியபின் பெயருக்கு முதல்வர் மறுப்பு தெரிவித்துள்ளார். அவரது பதில் அர்த்தமற்றது. விஞ்ஞானிகள் போன்ற ஆராய்ச்சி தேவைப்படும் பதவிகளுக்குத்தான் திறமை அடிப்படையில் நியமனம் என்பதால் இட ஒதுக்கீடு தேவையில்லை என உச்ச நீதிமன்றம் தெரிவித் துள்ளது. மருத்துவமனை உயர் அலுவலர் பதவி நியமனத்துக்கு இது பொருந்தாது. புதுவை ஜிப்மர் மருத்துவமனையில் இட ஒதுக்கீட்டு முறை உள்ளது. அங்கு முடியும்போது இங்கு மட்டும் ஏன் முடியாது? சமூக நீதியில் அக்கறை உள்ளதாக கூறும் முதல்வர் உண்மையிலேயே அக்கறை இருந்தால் இட ஒதுக்கீட்டு முறையை அமல்படுத்தவேண்டும்" என்று இந்தியா

டுடேயிடம் தெரிவித்தார்.

பல்நோக்கு மருத்துவமனை மக்களின் வரிப்பணத்தில் கட்டப் படுவதால் அதில் இட ஒதுக்கீட்டை மறுப்பது சட்டவிரோதம் என்கிறது திராவிடர் கழகம். "சில சிறப்புத் தகுதியுள்ள மருத்துவ மனைகளில் இட ஒதுக்கீடு தருவது விரும்பத்தக்கதல்ல என்று கருதலாம்" என்று வெறும் கருத்துரையாக சொன்னதை சிரம மேற்கொண்டு நிறைவேற்றும் தமிழக அரசு அதிலேயே அடுத்தப் பகுதியாக இதை மத்திய அரசுதான் தீர்மானிக்கவேண்டும் என்று கூறியதை ஏன் கவனத்தில் கொள்ளவில்லை என்றும் கேட்கிறது.

"தமிழக அரசு திட்டமிட்டு இட ஒதுக்கீட்டை புறக்கணிப் பதற்கான காரணங்களைத் தேடுகிறது. தமிழக வரலாற்றில் இட ஒதுக்கீடு கொண்டுவரவே அத்தனை கட்சிகளும் இயக்கங்களும் பாடுபட்டிருக்கின்றன. முதல் முறையாக ஜெயலலிதாதான் இட ஒதுக்கீடு வேண்டாம் என்பதற்கான காரணங்களைத் தேடித் தேடிச் சொல்கிறார். ஆசிரியர் நியமனத்திலும் இதையேதான் செய்தது தமிழக அரசு. தாழ்த்தப்பட்டவர்களும் பிற்படுத்தப் பட்டவர்களும் எட்டிப் பிடிக்கமுடியாத அளவில் கட் ஆஃப் மதிப்பெண்களை வைத்து அவர்களை அருகிலேயே நெருங்க விடாமல் செய்தது தமிழக அரசு. இப்போது மருத்துவமனை விவகாரத்திலும் இப்படியே செயல்படுகிறது" என திராவிடர் விடுதலைக் கழகத்தின் பொதுச் செயலாளர் விடுதலை ராஜேந்திரன் குற்றம் சாட்டுகிறார். மேலும் பல்நோக்கு சிறப்பு நிறுவனங்களில் இட ஒதுக்கீடு தேவையில்லை என்றால், இட ஒதுக்கீட்டில் அக் கறை இருந்தால், தமிழக அரசு ஏன் அந்தப் பெயரில் இதைத் தொடங்கவேண்டும்? வேறு பெயர் வைத்து விட்டுப் போக வேண்டியதுதானே?" என்கிறார்.

கருணாநிதி தன் அறிக்கையில் "மருத்துவர்களுக்கு ஒன்றரை, இரண்டு மடங்கு ஊதியம் ஏன்?" என்று கேட்டதற்கு பதிலளித்த ஜெயலலிதா "ஏன் ஏழை எளிய மக்களுக்கு நல்ல திறமையான மருத்துவர்கள் கிடைக்கக்கூடாதா? தனியார் துறையில் பணி புரியும் அவர்கள் இப்படி ஊதியம் தந்தால்தான் வருவார்கள்" என்று கூறியதுவேறு சர்ச்சையைக் கிளப்பியுள்ளது. "அப்படியெனில் அரசு மருத்துவமனைகளில் பணிபுரியும் மருத்தவர்கள் எல்லாம் திறமை குறைந்தவர்களா? தனியார் துறையில்தான் திறமையானவர்கள் உள்ளனரா?" என்றும் கேட்கிறார் கி.வீரமணி.

"இட ஒதுக்கீடு அற்ற இப்படிப்பட்ட முயற்சிகள் மூலம் மருத்துவத்தை கார்ப்பரேட் போல மாற்ற முயல்கிறது தமிழக அரசு. இதில் மக்களுக்கான அக்கறை இருக்காது. மேட்டிமைத்தனம்தான் இருக்கும். படிப்படியாக இட ஒதுக்கீட்டை தமிழகத்திலிருந்து நீக்க கதவுகளைத் திறந்துவிடுகிறது தமிழக அரசு. இதை வன்மையாகக் கண்டிக்கவேண்டும்" என்கிறார் விடுதலை ராஜேந்திரன்.

"வழக்கறிஞர் விஜயன் 69 சதவிகித இட ஒதுக்கீட்டை எதிர்த்து தொடர்ந்த வழக்கில் வெற்றிபெறவில்லை. 69% போக மீதம் 31 சதவிகிதமே உள்ளது பொதுப் பிரிவுக்கு என்று அவர் வாதிட்ட போது, வேண்டுமானால் கூடுதலாக இடங்களை அதிகரித்துக் கொள்ளுங்கள் என்று தீர்ப்பு வந்தது. இப்படியெல்லாம் காப்பாற்றப்பட்ட சமூக நீதிக்கு பங்கம் விளைவிப்பதை அனுமதிக்க முடியாது. இந்த விஷயத்தில் மத்திய மாநில அரசுகள் முடி வெடுத்துக்கொள்ளவேண்டும் என்று கூறிவிட்டது உச்ச நீதி மன்றம். மத்திய அரசு தெளிவாக இட ஒதுக்கீடு தேவை என்று கூறிவிட்டது. இப்போது தமிழக அரசுதான் முடிவு செய்யும் இடத்தில் இருக்கிறது. வேண்டும் என்றும் முடிவு செய்யலாம். வேண்டாம் என்று முடிவுசெய்யலாம் என்று இரண்டு வாய்ப்புகள் அதன்முன் உள்ளன. சமூக நீதியில் உண்மையான அக்கறை இருந்தால் இட ஒதுக்கீடு வேண்டும் என்றுதான் தமிழக அரசு முடிவெடுக்க வேண்டும்" என்கிறார் திராவிடர் கழகப் பொதுச் செயலாளர் கலி. பூங்குன்றன்.

இந்தியா டுடே, ஜனவரி 2014.

கூட்டு வன்புணர்வுக்கு ஆளான சிறுமியின் குடும்பம் - ஊரைவிட்டே வெளியேறும் அவலம்

அந்தச் சிறுமியை நினைவிருக்கிறதா? சேலம் மாவட்டம் வாழப் பாடிக்கு அருகேயுள்ள சென்றாம்பாளையத்தில் 5 பேரால் பாலியல் வன்புணர்ச்சிக்கு ஆளாக்கப்பட்டு கொலை செய்யப் பட்ட பத்து வயது சிறுமி மறைந்து வெகுநாட்கள் ஆகிவிடவில்லை. பிப்ரவரி 14 அன்று இரவு வீட்டில் தூங்கிக்கொண்டிருந்த அந்த 5ம் வகுப்புச் சிறுமியை 5 பேர் கொண்ட கும்பல் கூட்டு வன் புணர்வு செய்ததில் அவள் இறந்துவிட அவளை மரத்தில் தொங்க விட்டுச் சென்றது. விசாரணையில் 5 பேர் கைது செய்யப்பட்டு சிறையிலடைக்கப்பட்டனர்.

பெற்ற குழந்தையை கொடூரமான நிலையில் இழந்து நிற்கும் அவளுடைய குடும்பத்துக்கு அடுத்த அதிர்ச்சி காத்திருந்தது. ஊரில் யாரும் இவர்களுடன் பேச்சுவார்த்தையில் இல்லை என்பதால் ஊரைவிட்டு வெளியேறி விட்டதாகக் கூறுகிறார் சிறுமியின் தந்தையும் தறித் தொழிலாளியுமான பரமசிவம். அதிர்ச்சியிலிருந்து மீளமுடியாத அக்குடும்பம் சொந்த ஊரில் வாழ வழியின்றி வேறொரு ஊரில் உள்ள உறவினர் வீட்டில் தற்போது தங்கியிருக்கிறது. சிறுமியுடன் கூடப் பிறந்த தங்கையும் அண்ணனும் உள்ளனர். இருவரும் சென்றாம்பாளையத்தில் உள்ள பள்ளியில் படிக்கின்றனர். "ஊரை விட்டு விலக்கி வைத்ததுபோல யாரும் எங்களுடன் பேசுவதில்லை. பிள்ளைகள்

பள்ளிக்கூடத்துக்குச் செல்ல பயப்படுகிறார்கள். அங்கே போனால் கூட படிப்பவர்களும் பேசுவதில்லையாம். சின்னவள் ஒன்றாம் வகுப்பு படிக்கிறாள். அதே பள்ளிக்கூடத்தில் தன்னுடன் படித்த அக்காவைக் குறித்து பள்ளியில் மற்றவர்கள் கேட்டுக்கொண்டே இருப்பதால் பள்ளிக்கூடத்துக்குப் போவதில்லை. பையனும் இதே காரணத்துக்காக போகவில்லை. இருவரும் மனதளவில் பாதிக்கப்பட்டிருக்கிறார்கள். அதனால் ஊரைவிட்டு வெளியேறிவிட்டோம். பரீட்சை மட்டும் இந்த ஆண்டு எழுதவைத்து வேறு பள்ளிக்கூடத்தில் சேர்க்கவேண்டும்" என்கிறார் தாய் பழனியம்மாள்.

சிறுமியை கூட்டு வன்புணர்வு செய்த 5 பேரும் அதே ஊரைச் சேர்ந்தவர்கள். "காவல்துறைக்குப் போனது பலபேருக்குப் பிடிக்கவில்லை. கைது செய்யப்பட்டிருப்பவர்களின் குடும்பத்தினர் எங்களை ஏறெடுத்துப் பார்க்காமல் கடந்துபோய்விடுகிறார்கள். ஆனால் ஊருக்குள் பலர் சொந்த சாதிக்காரர்களை நாங்கள் காட்டிக்கொடுத்ததாக புகார் சொல்லுகின்றனர். இத்தனை பெரிய இழப்பை சந்தித்திருக்கிறோம். ஆனால் ஊரில் ஒருவர் என்னவென்று கேட்பதில்லை. துக்கத்துக்கு வெளியூரிலிருந்து வந்தவர்களெல்லாம் போய்விட்டபின்னால் அனாதை போல அந்த ஊரில் நான்கு பேரும் இருந்தோம். பேச்சுவார்த்தையே இல்லை. அங்கிருக்கமுடியவில்லை. அதனால் வேறொரு ஊரில் எங்கள் சின்ன மாமியர் வீட்டில் இருக்கிறோம்" என்று கூறும் பரமசிவத்துக்கு மீண்டும் சென்றாம்பாளையம் செல்வது குறித்து யோசிக்கவே முடியவில்லை என்கிறார். தும்பல் என்ற அருகிலுள்ள கிராமத்திற்குச் செல்ல முடிவெடுத்திருப்பதாகக் கூறினார். சென்றாம்பாளையத்தில் வீட்டிலேயே தறி வைத்திருக்கிறார். "அதை தும்பலுக்கு எடுத்துவந்து பொருத்த ஒன்றரை லட்சம் செலவாகும். அவ்வளவு பணம் இல்லை. என்ன செய்வதென்று தெரியவில்லை. கூலிவேலைக்குப் போயாவது குடும்பத்தைக் காப்பாற்றவேண்டும்" என்கிறார்.

பாலியல் வன்கொடுமைக்கு பிள்ளையை பறிகொடுத்துவிட்டு சொந்த ஊர் மக்களின் புறக்கணிப்பையும் தாங்கிக்கொள்ள முடியாமல் ஊரைவிட்டு வெளியேறும் அவல நிலைக்கு இன்று ஒரு குடும்பம் தள்ளப்பட்டிருக்கிறது. இவர்களுக்குத் ஆதரவாக உள்ள வழக்கறிஞர் பொ.ரெத்தினம் "புதிய விசைத்தறி அமைக்க பரம சிவத்துக்கு வட்டியில்லாத கடன் வழங்க அரசு ஏற்பாடு செய்ய வேண்டும். முதல்வர் அறிவித்த 3 லட்ச ரூபாயை

உடனடியாக அக்குடும்பத்துக்கு வழங்கவேண்டும். முக்கியமாக அவர்களுக்கு பாதுகாப்பு அளிக்கவேண்டும். பிள்ளைகளின் படிப்பைத் தொடர அரசு உதவவேண்டும்" என்றார்.

இந்தியா டுடே, மார்ச் 2014.

வலுப்படுத்தவேண்டிய வன்கொடுமை தடுப்புச் சட்டம்

அண்மையில் சென்னை பல்கலைக்கழகத்தில் வன்கொடுமை தடுப்புச் சட்டத்தை வலுப்படுத்த வேண்டும் என்கிற கோரிக்கை யுடன் தேசிய அளவிலான கருத்தரங்கம் நடந்தது. பா.ம.க. வழக்கறிஞர் பாலு சமூக நீதிக்கான வழக்கறிஞர் பேரவை சார்பில் சென்னை உயர் நீதிமன்றத்தில் இச்சட்டத்தை ரத்து செய்ய வேண்டும் என்று கோரி வழக்கு தொடர்ந்திருக்கிறார். ஒரு தரப்பு சட்டம் வலுப்பெறவேண்டுமென கேட்பதும் மறுதரப்பு சட்டம் ரத்து செய்யப்படவேண்டுமென கோருவதுமே இச்சட்டத்தின் முக்கியத்துவத்தை உணர்த்துகின்றன.

"பல நூற்றாண்டுகளாக ஆதிக்க சாதிகள் தலித் மக்களை அடிமைப்படுத்தி வைத்திருக்கிறார்கள். சுதந்திரம் பெற்றபிறகும் ஆதிக்க சாதி நில உடைமையாளர்கள் தலித் மக்களை இழிவாகவே நடத்திவந்தனர். இதற்கு 1959 ராமநாதபுரம், 1968ல் கீழ் வெண்மணி என்று பல கொடூரங்கள் நிகழ்ந்திருக்கின்றன. பழங்குடியின மக்கள்மீதான பெரும் வன்முறை வாச்சாத்தி சம்பவம். 2012ல் வன்கொடுமை தடுப்புச் சட்டம் இருந்தும் தர்மபுரியில் தலித்துகளின் ஊர்கள் கொளுத்தப்படுகின்றன. இச்சட்டங்களை இன்னும் வலுப்படுத்தவேண்டும் என்றுதான் இத்தகைய சம்பவங்கள் நமக்குச் சொல்கின்றன என்கிறார் வன்கொடுமை தடுப்புச் சட்ட வரைவை தயார் செய்த குழுவில்

இருந்த பி.எஸ்.கிருஷ்ணன் ஐ.ஏ.எஸ்.

1955ல் தலித் மக்கள் மீதான கொடுமைகளை தடுப்பதற்கென குடியுரிமை பாதுகாப்புச் சட்டம் உருவாக்கப்பட்டது. இச்சட்டம் சரியாக பயன்படுத்தப்படவில்லை என்பதால் 1989ல் தாழ்த்தப்பட்டோர் பழங்குடியினர் வன்கொடுமை தடுப்புச் சட்டம் உருவாக்கப்பட்டது. இச்சட்டத்தை மேலும் வலுவாக்க வேண்டுமென பல்வேறு தரப்பினரின் கோரிக்கையை ஏற்று காங்கிரஸ் தலைமையிலான ஐக்கிய முற்போக்கு கூட்டணி அரசு பிப்ரவரி மாதம் தாழ்த்தப்பட்டோர் பழங்குடியினர் வன்கொடுமை தடுப்பு திருத்த அவசரச் சட்டம் கொண்டு வந்தது. இப்போதுள்ள வன் கொடுமை தடுப்புச் சட்டத்தில் மேலும் பல மாற்றங்கள் செய்து வலுவாக்கும் விதத்தில் அச்சட்டம் இருந்தது. நாடாளுமன்ற நிலைக்குழுவின் ஒப்புதலுக்காக தற்போது காத்திருக்கும் இச் சட்டத்தை தலித் மக்கள் வரவேற்கிறார்கள்.

"1997ல் மேலவளவு பஞ்சாயத்து தலைவர் முருகேசன் உள்ளிட்ட 7 தலித்துகள் படுகொலை செய்யப்பட்டனர். இது சாதியப் படுகொலை என்பது ஊரறிந்த உண்மை. ஆனால் இது அரசியல் படுகொலை என்று தீர்ப்பு வழங்கப்பட்டது. சட்டம் இருந்தும் அது சரியாக பயன்படுத்தப்படவில்லை என்பதுதான் உண்மை. ஆகவே இச்சட்டம் மேலும் வலுப்படுத்தப்

படவேண்டும். வன்கொடுமை தடுப்புச் சட்டம் சரியாக செயல்படுகிறதா என்று கண்காணிக்க மாநில அளவிலான 25 பேர் கொண்ட கண்காணிப்புக் குழு ஏற்படுத்தப்பட்டுள்ளது. இக்குழுவின் தலைவர் முதல்வர். எத்தனை முறை இக்குழு கூட்டப்பட்டுள்ளது என்கிற அறிவிப்பு கூட இதுவரை இல்லை" என்கிறார் எவிடென்ஸ் அமைப்பின் நிறுவனர் கதிர்.

வழக்கறிஞர் பாலு ஏன் இச்சட்டத்தை ரத்து செய்யவேண்டும் என்கிறார்? இச்சட்டம் அரசியல் சாசனத்திற்கு எதிரானது என்பது இவருடைய வாதம். இவருடைய மனு என்ன சொல்கிறது. "1953இல் இயற்றப்பட்ட சிவில் உரிமை பாதுகாப்புச் சட்டம் தீண்டாமையைக் கடைபிடிப்பவர்கள் யாராக இருந்தாலும் அவர்களை தண்டிக்கிறது. ஆனால் 1989இல் இயற்றப்பட்ட எஸ்.சி/எஸ்.டி வன்கொடுமை தடுப்புச் சட்டம் தாழ்த்தப்பட்டவர்கள் பழங்குடியினர் மீது தீண்டாமையை கடைபிடிக்கும் மற்றவர்களை மட்டுமே தண்டிக்கிறது. ஆனால் தாழ்த்தப்பட்டவர்களுக்குள் பல பிரிவுகள் இருக்கின்றன. தலித்துகளிலேயே உட்பிரிவுகளில் ஒரு பிரிவை மற்றொரு பிரிவு ஒதுக்குகிறது. இந்தத் தீண்டாமையை தண்டிக்க வழியில்லை. எனவே இது அரசியல் அமைப்புச் சட்டத்துக்கு எதிரானது."

"ஆடு நனையுதென்று ஓநாய் ஏன் அழவேண்டும்?" என்று கேட்கிறார் தீண்டாமை ஒழிப்பு முன்னணியின் மாநிலச் செயலாளரும் சி.பி.எம். கட்சியைச் சேர்ந்தவருமான சாமுவேல் ராஜ். "பாலுவின் மனு சொல்வதுபோல தலித் உட்பிரிவுகளுக்குள் உள்ள தீண்டாமையை தண்டிக்க வழியில்லை என்றால் இச்சட்டத்தை மேலும் வலுப்படுத்தி அதற்கென்று பிரிவுகளை சேர்க்கத்தானே சொல்லவேண்டும்? அதைவிட்டுவிட்டு ரத்து செய்யச் சொல்வது இவர்களுடைய நோக்கத்தை அப்பட்டமாகக் காண்பிக்கிறது. தலித்துகளுக்கான இடஒதுக்கீட்டில் அருந்ததியருக்கான உள் ஒதுக்கீடு தமிழகத்தில் இருப்பது போல இதற்கும் சட்டத்தில் மாற்றம் கேட்டு போராடவேண்டியதுதானே? அதைவிட்டுவிட்டு ஏன் ரத்து செய்யச் சொல்லவேண்டும்? '1955 சட்டம்தான் தீண்டாமைக்கு எதிராக இருக்கிறது. 1989 சட்டம் வன்கொடுமைகளுக்காகவே பேசுகிறது. ஆகவே 1955 சட்டம் தான் அரசியல் சாசனத்துக்குட்பட்டது' என்பது பாலுவின் வாதம். இச்சட்டத்தின்படி போடப்பட்ட பல வழக்குகளில் குற்றம் சாட்டப்பட்டவர்கள் மீதான குற்றம் நிரூபிக்கப்படவில்லை. எனவே இது பொய்வழக்கு என்கிறது அவருடைய மனு.

இதற்கு யார் காரணம்? காவல்துறையும் அரசும்தான் காரணம். அவர்கள்தான் சாதி உணர்வின் காரணமாகவோ அல்லது ஆதிக்க சாதிகளிடம் பணம் வாங்கிக்கொண்டோ தலித் மக்களுக்கு எதிராக செயல்படுகிறார்கள். இப்படியுள்ள நிலையில் மேலும் இச்சட்டத்தை வலுப்படுத்தவே கோருவோம். பாலுவின் மனுவுக்கு எதிர்மனுவை நாங்களும் தாக்கல் செய்துள்ளோம்" என்கிறார் சாமுவேல்ராஜன்.

தமிழகத்தில் கடந்த 2012ஆம் ஆண்டு 2,00,474 இந்திய தண்டனைச் சட்ட வழக்குகள் உட்பட மொத்தம் 7,44,538 வழக்குகள் பதிவு செய்யப்பட்டன. இவற்றில் வன்கொடுமை தடுப்புச் சட்டத்தின் கீழ் வெறும் 1647 வழக்குகள்தான் பதிவாகின. மொத்த வழக்கில் 0.22 சதவிகிதம்தான். 2012ம் ஆண்டு இறுதியில் இச்சட்டதின்கீழ் நீதிமன்றத்தில் 4039 வழக்குகள் நிலுவையில் இருந்தன. இவற்றில் 119 வழக்குகளுக்கு மட்டும்தான் தண்டனை கிடைத்துள்ளது. தண்டனையின் சதவிகிதம் 17.7தான் என்கிறது எவிடென்ஸ் அமைப்பின் அறிக்கை.

"தீண்டாமை, வன்முறை என்பதுபோல மேல்மட்ட அளவில் பணியாற்றும் நிறுவனங்களில், கல்வி நிறுவனங்களில் தலித் என்பதால் பாகுபாடு காண்பிக்கும் போக்கு அதிகளவில் உள்ளது. பல்கலைக்கழகங்களில் பேராசிரியர் பதவிக்கெல்லாம் தலித்துகள் எப்படியெல்லாம் நூதனமான முறையில் ஒதுக்கப்படுகிறார்கள் தெரியுமா? முறைப்படி நேர்முகத் தேர்வுக்கு அழைக்காமல் இருக்க முடியாது. அழைத்துவிட்டு தலித்தைவிட குறைவான தகுதியுடையவரை தேர்ந்தெடுத்துக் கொள்வது சர்வசாதாரணமாக நடக்கிறது. இப்படியான நுட்பமான தீண்டாமையை கையாள ஒரு சட்டம் வேண்டாமா? வன்கொடுமை தடுப்புச் சட்டம் மேலும் வலுவாக்கப்பட வேண்டியது காலத்தின் கட்டாயம்" என்கிறார் கல்வியாளர் பிரின்ஸ் கஜேந்திர பாபு.

"சட்டத்தில் கொண்டுவரப்பட்ட திருத்தம் அபாயகரமானது. எந்த ஒரு குற்றத்திலும் நிரூபிக்கும் பொறுப்பு அரசு மற்றும் காவல்துறையிடம்தான் உள்ளது. ஆனால் வன்கொடுமை தடுப்பு சட்டத்தின் கீழ் பதியப்படும் வழக்குகளில் குற்றம் சாட்டப்பட்டவர்மீது அந்த பொறுப்பு சுமத்தப்படுகிறது. உதாரணமாக இரண்டு வாகனங்கள் மோதி அதனால் தகராறு ஏற்பட்டால்அதில் ஒருவர் தலித்தாக இருந்தால் என் சாதியை வைத்து என்னைத் திட்டினார் என்று சேர்த்துச்

சொல்லிவிடுகிறார். குற்றம் சாட்டப்பட்டவர் தான் அவரை அப்போதுதான் முதன் முதலில் பார்க்கிறேன் என்றும் அவரது சாதி தனக்கு தெரியாது என்றும் நிரூபிக்க வேண்டும். வன்கொடுமை தடுப்புச் சட்டத்தில் பதியப்படும் வழக்கு களுக்கு முன்ஜாமீன் வழங்கக்கூடாது. புகார் கொடுத்தால் கண்டிப்பாக காவல்துறையினர் எஃப்ஐஆர் பதிவு செய்தாக வேண்டும். அதைச் செய்ய மறுக்கும் காவல்துறை அதிகாரி மீது நடவடிக்கை எடுக்கப்படும் என்பதால் வன்கொடுமை தடுப்பு சட்டத்தின் கீழ் பதியப்படும் புகாரில் உண்மைத்தன்மையை சோதிக்காமல் எஃப்ஐஆர் பதிவு செய்துவிடுகிறார்கள்” என்று இந்தியா டுடேயிடம் தெரிவித்தார் பாலு.

“தலித் மக்கள் சட்டத்தின்மீது நம்பிக்கை இழக்கும் வண்ணம்தான் இதுவரை இச்சட்டம் பயன்படுத்தப்பட்டிருக் கிறது. முதல் தகவல் அறிக்கைக்கும் குற்றப்பத்திரிகைக்கும் முரண்பாடுகள் ஏதும் இருந்தாலே வழக்கு நிற்காது. இப்படி பல வழக்குகளில் ஆதிக்க சாதிகளுக்கு சாதகமாக நடந்துகொள்ளும் காவல்துறையை எத்தனை வழக்குகளில் பார்த்திருப்போம். புகார் கொடுத்த தலித் மீதே எதிர்புகார் கொடுக்க வைத்து மனதளவில் அவர்களை சோர்ந்துபோகச் செய்யும் வழி முறையையும் தொடர்ந்து காண்கிறோம். இவற்றுக்கெல்லாம் தீர்வு சட்டத்தின் ஓட்டைகளை பயன்படுத்தி தவறிழைத்தவர்கள் வெளியேறாதவாறு வலுவாக்கவேண்டும். அதை இந்த அவசரச் சட்டம் செய்திருக்கிறது” என்கிறார் சாமுவேல் ராஜன்.

வழக்குகளை பதிவு செய்யாமை, புலன் விசாரணையில் தாமதம், கைது நடவடிக்கைகளிலும் குற்றப்பத்திரிகை தாக்கல் செய்வதிலும் தாமதம், நீதிமன்ற விசாரணையில் தாமதம் என்று அனைத்துப் பிரச்சனைகளையும் தீர்க்க அவசரச் சட்ட திருத்தம் உதவுமென்று தலித் மக்கள் நம்புகிறார்கள். அண்மைக் காலமாக அடிக்கடி நடைபெறுகிற புதிய வடிவங் களிலான வன்முறைகள் தொடர்பாகவும் புகார் பதிவு செய்ய பாதிக்கப்பட்ட தலித்துகளுக்கு இச்சட்டம் உதவும் என்று அவசரச் சட்டம் கூறுகிறது.

வழக்கறிஞர் பாலுவின் மனுவை விசாரித்த சென்னை உயர் நீதிமன்றம் மத்திய மாநில அரசுகளுக்கு நோட்டீஸ் அனுப்பியது. குடியரசுத் தலைவர் பிறப்பித்த அவசரச் சட்டத்தை ரத்து செய்யும் சக்தி சென்னை உயர் நீதிமன்றத்துக்கு உண்டா

என்பதுதான் இப்போதைய கேள்வி. சென்னை உயர் நீதி மன்றத்தில் விடுதலைச் சிறுத்தைகள் கட்சித் தலைவர் தொல். திருமாவளவன் பாலுவின் மனுவுக்கு இடையீட்டு மனு தாக்கல் செய்திருக்கிறார். "நாடாளுமன்ற நிலைக்குழுவுக்குச் சென்றுவிட்ட ஒன்றை சென்னை உயர் நீதிமன்றத்தில் மனு தாக்கல் செய்து எதுவும் செய்துவிட முடியும் என்று நினைப்பது அறியாமை. தெரிந்தே இதைச் செய்வதால் இவ்விஷயத்தை வைத்து ஒரு விவாதத்தைக் கிளப்பி அரசியல் ஆதாயம் தேட முயல்வதாகவே எனக்குத் தோன்றுகிறது. இப்படித்தான் தலித் அல்லாதோர் கூட்டணி, காதல் திருமண எதிர்ப்பு என்று பிரச்சாரம் செய்தனர். இப்போது வன்கொடுமை தடுப்புச் சட்டத்திற்கு எதிர்ப்பு பிரச்சாரம் செய்கின்றனர். இதில் தேர்தல் கணக்கும் வாக்கு வங்கி அரசியலும் உண்டு. இவர்களின் உண்மை முகத்தை மக்களுக்கு அம்பலப்படுத்தவே இடையீட்டு மனு தாக்கல் செய்யப்பட்டிருக்கிறது" என்று இந்தியா டுடே யிடம் தெரிவித்தார் திருமாவளவன்.

என்ன சொல்கிறது அவசரச் சட்டம்?

- தண்டனைக்குரிய குற்றச்செயல்கள் பட்டியலில் தலை— மீசை வழித்தல், நீர்ப்பாசன உரிமைகளை மறுத்தல், கையால் துப்புரவு பணி செய்ய வைத்தல், தலித்துகள் வேட்புமனு தாக்கல் செய்வதைத் தடுத்தல் போன்றவை இணைக்கப்பட்டுள்ளன.

- இந்திய குற்றவியல் சட்டத்தின்கீழ் தலித்துகளுக்கு எதிரான பொதுவான குற்றங்கள் சில சேர்க்கப்பட்டுள்ளன.

- கால விரயத்தை தவிர்க்கும் நோக்குடன் குற்றங்களை விரைந்து விசாரிக்க தனி சிறப்பு நீதிமன்றங்களையும் சிறப்பு அரசு வழக்குரைஞர்களையும் நியமிக்க வழி செய்யப்பட்டுள்ளது.

- குற்றங்களை விசாரணைக்கு எடுத்துக்கொண்டு இரண்டு மாதங்களில் வழக்கை முடிக்க தனி நீதிமன்றங்களுக்கு அதிகாரம்.

- மிரட்டல்களிலிருந்து சாட்சிகளைக் காப்பாற்றும் வகை யில அவர்களுக்கு பாதுகாப்பு வழங்கும் வகையில் பல முக்கிய உரிமைகள் சேர்க்கப்பட்டுள்ளன.

- அனைத்து மட்டங்களிலும் அரசு ஊழியர்கள் தலித்து களை வேண்டுமென்றே புறக்கணித்தால், கடமை தவறிய வர்கள் என்று வரையறுக்கப்பட்டுள்ளது (உதாரணம்: எஃப்.ஐ.ஆர். பதிவு செய்ய மறுத்தல்).

- குற்றம் சாட்டப்பட்டவருக்கு பாதிக்கப்பட்டவரை முன்பே தெரியும் என்றால் பாதிக்கப்பட்டவரின் சாதியை முன்பே அறிவார் என்றே நீதிமன்றம் கருத வேண்டும்.

இந்தியா டுடே, ஆகஸ்ட் 2014.

சாம்பலாகவும் மிஞ்சாதவர்கள் - என்ன ஆனது கண்ணகி முருகேசன் வழக்கு?

சென்றவாரத்தில் சென்னை உயர் நீதிமன்றத்தில் ஒரு வழக்கு விசாரணைக்கு வந்தது. கண்ணகி—முருகேசன் வழக்கில் விரைந்து நீதி வழங்குமாறும் பாதிக்கப்பட்டவர்களின் குடும்பத்தினருக்கு அளிக்கவேண்டிய இழப்பீட்டுத் தொகையை உடனே வழங்கவேண்டுமெனக் கோரியும் மனு அளிக்கப்பட்டது. கண்ணகி—முருகேசன் வழக்கில் முருகேசனின் குடும்பத்திற்கு எஸ்சி/எஸ்டி சட்டப்படி அளிக்கவேண்டிய இழப்பீட்டுத் தொகையான 2 லட்சத்தை இதுவரை தமிழக அரசு வழங்கவில்லை. பிரேத பரிசோதனை முடிந்த உடனேயே இந்தத் தொகை வழங்கப்படவேண்டும். ஆனால் 11 ஆண்டுகளாகியும் வழங்கப்படவில்லை என்பதுடன் குற்றம்சாட்டப்பட்டோரும் சுதந்திரமாக உலவி வருகின்றனர்.

2003ஆம் ஆண்டில் தமிழகத்தையே அதிர வைத்தது சாதிய வன்மத்தின் உச்சமான இரட்டைக் கொலைகள். கடலூர் மாவட்டத்தில் விருத்தாசலம் அருகே உள்ள புதுக்கூரைப் பேட்டையைச் சேர்ந்த படையாச்சி சாதியைச் சேர்ந்த கண்ணகியும் பறையர் சாதியைச் சேர்ந்த முருகேசனும் சிதம்பரம் அண்ணாமலை பல்கலைக்கழகத்தில் பயின்றவர்கள். இருவரும் காதலித்து திருமணம் முடித்து அவரவர் வீட்டில் வாழ்ந்து வந்தனர். வீட்டில் விஷயம் தெரிந்து இருவரும்

வெளியேறிவிட அவர்களைத் தேடிப் பிடித்து வந்து, ஊரார் கூடி நிற்க அந்த அவலம் அரங்கேறியது. 8.7.2003 அன்று காலை எல்லோர் முன்னிலையிலும் கயிற்றால் கட்டப்பட்ட நிலையில் முருகேசனுக்கு விஷம் கொடுக்கப்பட்டது. கண்ணகி விஷம் குடிக்க பிடிவாதமாக மறுக்கவே அவருடைய காதிலும் மூக்கிலும் விஷத்தை ஊற்றி அவர்கள் இருவரும் பிணமானவுடன் உடல்கள் அவரவர் சாதி சுடுகாட்டில் எரிக்கப்பட்டன. இதைக் கண்ணால் கண்ட சாட்சிகள் அந்த ஊர் மக்கள். நடந்ததை கண்ணால் கண்ட முருகேசனின் சித்தியான சின்னத்தாயும் அத்தை அமராவதியும் காவல் நிலையத்துக்குச் சென்று முறையிட அங்கு அவர்களின் முறையீடு ஏற்றுக்கொள்ளப்படவில்லை. "இருவரும் எரிக்கப்படுவதை காணச் சகியாமல் தொலைபேசி மூலம் போலீசுக்கு தெரிவித்த மனசாட்சியுள்ள யாரோ ஒரு படையாச்சி அங்கு மறைந்து வாழ்கிறார். யாரெனத் தெரிந்தால் கண்ணகிக்கு நேர்ந்த கதி அவருக்கும் நேரக்கூடும்." என்கிறது சம்பவ இடத்துக்கு நேரில் சென்று தகவல்கள் சேகரித்த உண்மை அறியும் குழுவில் சென்ற எழுத்தாளர் ஆதவன் தீட்சண்யா எழுதிய 'சாம்பலாகவும் மிஞ்சாதவர்கள்' என்கிற கட்டுரை. அங்கு வந்த காவலர் ஒருவர் எரியும் பிணத்தை காலால் தட்டிப் பார்த்துவிட்டுச் சென்றுவிட்டார் என்கிறார் முருகேசனின் அத்தை அமராவதி.

அதன்பின் அவர்கள் காவல் நிலையத்துக்குச் சென்றபோது அவர்களுடைய புகார் ஏற்றுக்கொள்ளப்படவில்லை. பின்னர் ஊடகங்களில் இந்தச் சம்பவம் வெளிவந்தபின் தமிழகம் அதிர்ந்தது. உண்மை அறியும் குழுக்கள் சென்றன. வழக்கறிஞர் பொ. ரெத்தினம் தனது குழுவுடன் அங்கு சென்று பாதிக்கப் பட்டவர்களுக்கு நீதி கிடைக்க தன் சட்டப்போராட்டத்தைத் தொடங்கினார். அதன் விளைவாக இடையில் சிபிஐ விசார ணைக்கு சென்னை உயர் நீதிமன்றம் உத்தரவிட்டது. ஆயிற்று. இது நடந்து 11 ஆண்டுகள் ஆயிற்று. இந்த பதினோரு ஆண்டுகளில் இந்த வழக்கு என்னதான் ஆனது?

"பாதிக்கப்பட்டவர்களையே குற்றவாளிகளாக்கும் அவலம் நிகழ்ந்தது. முருகேசனின் தந்தை உட்பட நால்வரை கொலைக் குற்றம் சாட்டியது காவல்துறை. அவர்கள்தான் முருகேச னுக்கு விஷம் கொடுத்துக் கொன்றதாகச் சொன்னது காவல் துறை" என்கிறார் வழக்கறிஞர் ரெத்தினம். அதன்பின் மூவர் விடுவிக்கப்பட்டாலும் முருகேசனின் சித்தப்பாவான அய்யாசாமி மீது இன்னமும் குற்றச்சாட்டு அப்படியேதான் உள்ளது. சிபிஐ விசாரணையிலும் பல சிக்கல்கள் உள்ளதாக முருகேசன் தரப்பு குற்றம் சாட்டுகிறது. சென்னை உயர் நீதிமன்றத்தில் அளிக்கப் பட்டுள்ள மனுவில் சிபிஐ இன்ஸ்பெக்டர் நந்தகுமார் ஆதிக்க சாதியினருக்கு சாதகமாக நடப்பதாக குற்றம் சாட்டியுள்ளது.

கண்ணகியின் தந்தை துரைசாமி புதுக்கூரைப்பேட்டையின் பஞ்சாயத்துத் தலைவர். இந்த வழக்கில் அவர் கைது செய்யப் பட்டவுடன், தொடர்ந்து 30 நாட்கள் சிறையில் இருந்தால் அவருடைய பஞ்சாயத்துத் தலைவர் பதவி பறிக்கப்படும் என்பதைக் காரணம் காட்டி கடலூர் மாவட்ட செசன்ஸ் நீதிமன்றத்தின் நீதிபதி முனி ரத்னம் அவரை 23 நாட்களில் விடுவித்தார். ஆனால் முருகேசனின் தந்தை சாமிக்கண்ணுவை 36 நாட்கள் வரை காவலில் வைத்திருக்க அனுமதித்தார் என்றும் மனு குற்றம்சாட்டுகிறது.

இந்த வழக்கில் வாதாடிய ரெத்தினம் இந்தியா டுடேயிடம் "11 ஆண்டுகளுக்கு முன்னால் 2 லட்சம் இழப்பீடு. இப்போது தந்தால் அதற்கான இன்றைய மதிப்பில் பார்த்தால் இன்னும் கூடுதல் தொகை வரும். ஆனால் இந்த 2 லட்சமும் கூட இன்ன மும் வழங்கப்படவில்லை என்பது அதிர்ச்சி தரும் உண்மை" என்கிறார்.

முருகேசனின் சகோதரர் வேல்முருகன் இந்தியா டுடேயிடம் "உள்ளூர் இன்ஸ்பெக்டர் சரியில்லை என்று சிபிஐயின் குற்றப் பத்திரிகை சொல்கிறது. ஆனால் சிபிஐ இன்ஸ்பெக்டர் நந்த குமார் கொலையாளிகளிடம் பணம் பெற்றுக்கொண்டு இந்த வழக்கில் அவர்களுக்கு சாதகமாக இருக்கிறார்."

பிரச்சனைக்குப் பின் தங்கள் சொந்த ஊரான குப்ப நத்தத்தில் வசிக்கின்றனர் முருகேசனின் குடும்பத்தினர். முருகேசனின் இன்னொரு சகோதரர் பழனிவேல் "இப்போதும் ஆதிக்க சாதியினர் புதுக்கூரைப்பேட்டை காலனி மக்களை அடிமை களாகத்தான் வைத்திருக்கின்றனர். அவர்களை எதிர்த்து யாராவது காவல்துறைக்குச் சென்றால் அவர்களின் வீடுகள் கொளுத்தப்படுகின்றன. அதற்கு பயந்துகொண்டு பலர் கண்ணகி—முருகேசன் வழக்கில் அவர்களுக்கு எதிராக சாட்சி சொல்லாமல் உள்ளனர். பஞ்சாயத்துத் தலைவராக துரைசாமி இருப்பதால் அதிகாரமும் அவர்கள் கையில் உள்ளது" என் கிறார்.

முருகேசனின் தந்தை சாமிக்கண்ணுவிடம் பேசியபோது "சமாதானமாகப் போகச்சொல்லி இப்போதும் அவங்க தரப் பில் பேசுறாங்க.. நான் ஒத்துக்கமாட்டேன். என் பிள்ளையே போனப்புறம் என்னை பணத்தால வாங்கமுடியாது. அவங் களுக்கு தண்டனை வாங்கித் தரவும், எங்களுக்கு நஷ்ட ஈடு வாங்கித்தரவும் ரெத்தினம் சார்தான் உதவுறாங்க. அவரைத் தான் நம்பியிருக்கேன்" என்கிறார் நெகிழ்ச்சியுடன்.

வழக்கறிஞர் ரெத்தினம்

பஞ்சாயத்துத் தலைவர் மேலவளவு முருகேசன் கொலை வழக்கில் வழக் கறிஞர் ரெத்தினம்தான் கொலை யாளிகளுக்கு தண்டனையும் பாதிக்கப் பட்டவர்களுக்கு நீதியும் பெற்றுத்தர போராடினார். இப்போது இந்த வழக்கும் இவர்வசம் இருப்பதால் கண்ணகியின் கணவர் முருகேசனின் குடும்பத்தினர் மிகுந்த நம்பிக்கையுடன் உள்ளனர். மேலவளவு முருகேசனுக்கும் புதுக்கூரைப்பேட்டை முருகேச னுக்கும் பெயர் ஒன்றுதான். ஆனால் இரு வழக்குகளிலும் உள்ள ஒரு

வேறுபாட்டை கவனிக்கவேண்டும் மேலவளவு முருகேசன் ஒரு தலித். அவர் பஞ்சாயத்துத் தலைவராக இருப்பதைப் பொறுக்க மாட்டாமல் ஆதிக்கசாதியினர் அவரை வெட்டி வீழ்த்தினர். இங்கே கொலைக்குற்றம் சாட்டப்பட்டவர் ஒரு ஆதிக்க சாதிக் காரர். இவரும் ஒரு பஞ்சாயத்துத் தலைவர்தான். ஆனால் இவர் பஞ்சாயத்துத் தலைவராக நீடிக்கவேண்டும் என்பதற்காக காவலில் இருந்து வெளியே அனுப்பப்பட்டார். ஒரே நாடு. ஒரே அரசியல் சாசனம். ஒரே மாநிலம். ஆனால் சாதிகள் வெவ்வேறு என்றால் நீதியும்கூட மாறும் அவலத்தின் சாட்சியாக காலமும் மக்களும் உள்ளதை யாராலும் மறுக்கமுடியாது.

இந்தியா டுடே, செப்டம்பர் 2014.

அநீதியின் மௌன சாட்சிகள்

பரபரப்பாக இயங்கிக்கொண்டிருக்கிறது மதுரையை அடுத்த உசிலம்பட்டி சிறுநகரத்தின் 'பசும்பொன் முத்துராமலிங்க தேவர்' பெயரிலான பேருந்து நிலையம். சில நாட்களுக்கு முன் அங்கு நடந்த கௌரவக் கொலையின் எந்த சுவடும் தெரியாமல் இருக்கிறது உசிலம்பட்டி. அங்கிருந்து மதுரை செல்லும் சாலையில் சிறிது தூரம் சென்று இடதுபுற சாலையில் திரும்பினால் வருகிறது பூதிப்புரம். அங்கு கேரள பாணியில் கட்டப்பட்டுள்ள விமலாதேவியின் வெள்ளை நிற வீடு நடந்த வற்றுக்கு மௌனசாட்சி. பிறமலைக் கள்ளர் இனத்தைச் சேர்ந்த விமலாதேவியும் பள்ளர் இனத்தைச் சேர்ந்த திலீப் குமாரும் காதலித்து திருமணம் செய்தனர். கேரளாவில் பாலக் கோட்டில் நண்பர் வீட்டில் மறைந்து வாழ்ந்தனர். அருகில் உள்ள போலிப்பட்டி தான் திலீப் குமாரின் ஊர். அங்கு ஊர் மக்களிடையே நிலவும் பீதி அவர்களின் கண்களில் தெரிகிறது. ஊரில் உள்ள இளைஞர்கள் சிலரை இவர்கள் எங்கிருக்கிறார்கள் எனக் கேட்டு காவல்துறை பிடித்து வைத்துக்கொள்ள அவர்களை மீட்கவே திலீப் குமாரின் நண்பர் ஒருவர் புதுமண தம்பதிகளின் இருக்குமிடத்தைச் சொல்லநேர்ந்தது என்கிறார்கள் ஊர்மக்கள். "அவர்களிடம் சென்று இங்கே சாதிக் கலவரம் உருவாகும் சூழல் இருக்கிறது. ஆகவே நீங்கள் உடனடியாக வரவேண்டும் என்று சொல்லி காவல்துறை அழைத்துவந்திருக்கிறது. அவர்கள்

நிம்மதியாக கேரளாவில் வாழ்ந்திருப்பார்கள். அழைத்துவந்து ஓர் உயிர் போய்விட்டதே" என்று வருத்தப்படுகிறார்கள். போலிப்பட்டி உட்பட 6 கிராமங்கள் மட்டுமே அங்கு தலித் கிராமங்கள். சுற்றிலும் நூறு ஆதிக்க சாதியினரின் கிராமங்கள் உள்ளன. அவர்களுடைய நிலங்களுக்குத்தான் விவசாயக் கூலி வேலை செய்ய இக்கிராம மக்கள் அன்றாடம் செல்கிறார்கள். விமலாதேவியின் கௌரவக் கொலையை அடுத்து ஆதிக்க சாதியினரின் வயல்களுக்கு வேலை செய்ய இவர்கள் பயந்த வாறே செல்கிறார்கள். கண்ணுக்குத் தெரியாத அச்சம் அக் கிராமத்தின் காற்றில் கலந்துவிட்டிருக்கிறது.

திலீப் குமாரின் வீட்டுக்குச் சென்றபோது அங்கு யாரும் இல்லை. வெளியூர் சென்று விட்டனர். அவருடைய சகோதரியை மட்டும் பார்க்க முடிந்தது. பெயர் வேண்டாம் என்கிற கோரிக்கை யோடுதான் பேசத் தொடங்கினார். "நான் தான் திலீப்பின் அக்கா என்று தெரியாமல் என்னிடமே வயல்வேலைக்குச் செல்லும்போது கேட்பார்கள். 'உங்க ஊர்ப் பயலுக்கு எங்க சாதிப் பொண்ணு கேட்குதா?' என்று சாதிப் பெயர் சொல்லித் திட்டுவாங்க. எவ்வளவு ஏசினாலும் கொலையே செஞ்சாலும் அவங்ககிட்டதான் கூலிக்குப் போகவேண்டியிருக்கு" என்றார். கிராமவாசி ஒருவர் "விமலாதேவி தைரியமான பொண்ணு. வீட்டில் மாப்பிள்ளை பார்க்குறாங்கன்னு தெரிஞ்சவுடனே, இருட்டில் இந்த முள்ளுக்காட்டில் தனியே நடந்து திலீப் வீட்டுக்கு வந்துருச்சு. அப்புறம்தான் அவங்க ரெண்டு பேரும் கல்யாணம் பண்ணிக்கிட்டாங்க" என்று அந்த முட் காட்டைக் காண்பிக்கிறார்.

வெளியூரில் வாழும் திலீப் குமாரை சந்தித்தபோது நடந்த வற்றை அப்படியே விவரித்தார். "உள்ளூர் காவல்நிலையத்தில் ஆனந்தி என்கிற எஸ்.ஐ என் மனைவியை ஒரு பெண்கள் இல்லத்தில் இருக்கும்படி கூறினார். மறுநாள் அங்கு சென்றபோது எனக்கு பார்க்க அனுமதி மறுக்கப்பட்டது. ஆனால் அடுத்த நாளே விமலாவின் பெற்றோர் வந்து அழைத்துச் சென்றுவிட, அதன் பின் தான் சம்பவம் நடந்துள்ளது. கொன்று உடனடியாக சுடுகாட்டுக்கு எடுத்துச் சென்று எரித்துவிட்டனர். எல்லாம் முடிந்தபின் தான் தகவல் தெரியும்" என்கிறார். இவ்வழக்கு சிபிஐக்கு மாற்றப்பட்டுள்ளது. விமலாதேவியின் தந்தை வீரணன் தாய் தேனம்மாள் இருவரும் கைது செய்யப்பட்டு சிறையில் உள்ளனர்.

மதுரை உட்பட தென் மாவட்டங்களில் இப்படியான சாதியக் கொலைகள் நடப்பது புதிது அல்ல. தமிழகத்தில் கௌரவக் கொலைகள் குறித்த விழிப்புணர்வை ஏற்படுத்தவேண்டி அது குறித்து பல மாவட்டங்களிலும் கூட்டங்கள் நடத்தும் எவிடென்ஸ் அமைப்பின் நிறுவனச் செயலர் கதிர் "அண்மைக்காலமாக சாதி இந்து பெண்களை காதலிக்கும் அல்லது மணம்புரியும் தலித் இளைஞர்கள் கொல்லப்படுவது அதிகரித்துள்ளது" என்கிறார். ஒட்டன்சத்திரம் அருகில் உள்ள விருபாச்சி கரடுப்பட்டி கிராமத்தில் தலித் இளைஞர் முத்துகுமார் ஆதிக்கசாதியைச் சேர்ந்த பெண்ணை காதலித்த காரணத்தால் நவம்பர் மாதம் கொலை செய்யப்பட்டார். இக்கொலை தொடர்பாக விசா ரணை நடந்துவருகிறதென்றும் இன்னும் ஒருவரும் கைது செய்யப்படவில்லை என்றும் பழனி டி.எஸ்.பி சண்முக சுந்தரம் இந்தியா டுடேயிடம் தெரிவித்தார். கௌரவக்கொலை குறித்து செய்திகள் தமிழகத்தில் எந்த அதிர்ச்சியையும் ஏற்படுத்தாது மற்றுமொரு செய்தியாக கடந்து விடுகின்றன. தர்மபுரி இளவரசனின் மரணத்திற்குப் பின்னால், காதலர்களின் பாதுகாப்பு உறுதி செய்யப்படாத சூழல் இங்கு நிலவுகிறது. திருமணத்திற்கு காவல் துறையையும் சட்டத்தையும் நம்பவேண்டிய நிலைக்கு காதலர்கள் தள்ளப்படுகிறார்கள்.

2008ல் திருமணம் செய்துகொண்டு இரு குழந்தைகளுக்கும் தாயான ஒரு பெண் ராமநாதபுரத்தில் கௌரவக் கொலை செய்யப்பட்டிருக்கிறார் என்றால் நம்ப முடியுமா? ஆனால் நடந்திருக்கிறது. கடலூரைச் சேர்ந்த சதீஷ் குமாரின் மனைவி பவானி தன் தாய்வீட்டில் வைத்து 21.06.2014 அன்று கொல்லப் பட்டிருக்கிறார். "நான் அப்போது மலேசியாவில் இருந்தேன். என் மனைவி என்னை 'வன்னியர்' என்று சொல்லித்தான் திருமணத்திற்கு ஒப்புக்கொள்ளவைத்திருக்கிறார். இது எனக்குத் தெரியாது. திருமணம் முடிந்து சில நாட்களில் அவர்கள் வீட்டில் என் சாதியைக் கேட்டபோது 'பறையர்' என்றேன். அப்போது தொடங்கியது பிரச்சனை. என் மனைவியை இழிசொல்லால் திட்டத் தொடங்கினார்கள். அதன் பின் அவர்கள் சகவாசமே வேண்டாம் என்று திருச்சியில் என் மனைவி வாழ்ந்துவந்தார். நான் வெளிநாடு சென்றுவிட்டேன். வீட்டில் விசேஷம் என்று சொல்லி வரச்சொல்கிறார்கள். போக பயமாக இருக்கிறது என்று சொல்லியவாறுதான் கிளம்பினார். ஆனால் என் பிள்ளைகள் முன்னிலையில் அந்தக் கொலை நடந்திருக்கிறது. இரண்டரை

வயதாகும் என் இளைய மகன் பவானியை அடித்து கழுத்தை அறுத்துக் கொன்றதை நேரில் பார்த்திருக்கிறார்" என்று இந்தியா டுடேயிடம் தெரிவித்தார் சதீஷ் குமார். இது தொடர்பாக ராமநாதபுரம் எஸ்.பி மயில்வாகணனை தொடர்புகொண்டபோது "பவானியின் அண்ணன் தினேஷ் குமாரே அவரைக் கொன்றிருக்கிறார். முதல் தகவல் அறிக்கை போடப்பட்டு இது குறித்து விசாரணை நடந்துவருகிறது" என்றார்.

சாதியின் பெயரால் நிகழ்த்தப்படும் படுகொலைகளைத் தவிர, சர்வதேச அளவில் மதம், நிறம், பொருளாதாரம், இனம் ஆகிய வற்றின் பெயரால் நிகழ்கின்றன என்கிறது எவிடென்ஸ் அமைப்பு. தமிழகத்தில் நிகழ்ந்த இன்னொரு கௌரவக் கொலை சாதியும் பொருளாதாரமும் ஒருங்கே இணைந்தவை. பூபதி என்கிற பெண்ணுக்கு நிகழ்ந்தது இத்தகைய ஒன்று. புதுக்கோட்டையைச் சேர்ந்த பூபதியும் தேனியைச் சேர்ந்த சதீஷ்குமாரும் வெவ்வேறு சாதியைச் சேர்ந்தவர்கள். இவர்கள் காதலித்து திருமணம் முடித்தவுடன் 10 பவுன் நகையும் 2 லட்சம் பணமும் கேட்டுத் துன்புறுத்தி பூபதியின் வாயில் தென்னைமரத்திற்கு வைக்கும் பூச்சி மருந்தை ஊற்றி சதீஷ் குமாரின் தாய் சுலோச்சனா கொன்றார். இவருடைய ஒப்புதல் வாக்குமூலத்தின் அடிப்படையில் அவரது கணவர் கண்ணனும் கைது செய்யப்பட்டு தற்போது சிறையில் உள்ளனர். பூபதியின் தந்தை செல்லப்பிள்ளை "நாங்க கூலி வேலை செஞ்சு பிழைக்கிறவங்க.. 2 லட்சம் பணமும் 10 பவுனும் எப்படி சம்பாதிக்க முடியும்?" என்று கேட்கிறார்.

உசிலம்பட்டி விமலாதேவி வழக்கை கையில் எடுத்துள்ள தமிழ்நாடு தீண்டாமை ஒழிப்பு முன்னணியின் மாநிலச் செயலாளர் சாமுவேல் ராஜன் இந்தியா டுடேயிடம் "கௌரவக் கொலைகள் நம் ஊரில் நெடுங்காலமாகவே இருந்துவருகிறது. முன்பெல்லாம் கொன்றுவிட்டு குற்ற உணர்வுடன் அப்பெண்ணை தெய்வமாக்கி வழிபடும் பழக்கம் இருந்தது. அப்படித்தான் நம் சிறு தெய்வங்களின் வரலாறு சொல்கிறது. ஆனால் இப்போது குற்றஉணர்வு சிறிதும் இல்லை. இளவரசன், விமலாதேவி விஷயத்தில் கண்கூடாகத் தெரிகிறது. கொன்றவர்களுக்கு எந்த குற்றவுணர்வும் இல்லை. விமலாதேவி விஷயத்தில் காவல்துறையில் புகார் அளித்த திலீப்குமார் 'என் மனைவி' என்று எழுதியிருந்ததைக் கூட ஒப்புக்கொள்ளவில்லை விமலாதேவியின் சாதியினர். அந்தளவுக்கு சாதிப்பெருமை பிடித்தவர்களாக உள்ளனர். பெற்றோர் திருமணத்துக்கு ஒப்புக்கொண்டால்கூட அவர்கள் சார்ந்திருக்

கும் சாதிக்காரர்கள் அவர்களை தடுக்கின்றனர். பல கொலைகள் ஊரே சேர்ந்து நிகழ்த்தியதுண்டு" என்கிறார்

இத்தகைய கொடூரக் கொலைகள் நிகழ்வது குறித்த ஒருவித கனத்த மௌனம் நிலவுவதைக் காண முடிகிறது. இதுகுறித்து சமூக இயக்கங்களும், செயற்பாட்டாளர்களும், தலித் இயக்கங்கள், பெரியார் இயக்கங்கள் மற்றும் இடதுசாரி இயக்கங்களும் பேசினாலும் முக்கியமான அரசியல் கட்சித் தலைமைகள் மௌனம் சாதிக்கின்றன. அதிமுக, திமுக, மதிமுக, தேமுதிக, காங்கிரஸ் போன்ற கட்சிகள் அமைதி காக்கின்றன. தமிழகத்தின் முக்கிய பிரச்சனைகள் குறித்து தொடர்ந்து அறிக்கைகள் விடும் திமுக தலைவர் மு.கருணாநிதிகூட இது குறித்து எதுவும் பேசவில்லை. திமுகவின் செய்தித் தொடர்பாளர் டி.கே.எஸ். இளங்கோவன் இந்தியா டுடேயிடம் "அறிக்கைகள் வரவில்லை என்பது உண்மைதான். அன்றாடம் நேரடியாக மக்களை பாதிக்கின்ற விஷயங்களுக்கு முன்னுரிமை கொடுத்து வந்திருக்கிறது கட்சி. அதனால்தானேயொழிய தேர்ந்தெடுத்த மௌனம் அல்ல இது. தேவை ஏற்படும்போது கட்சி இது குறித்துப் பேசும்" என்கிறார்.

"எப்போதுமில்லாமல் இப்போது இக்கொலைகள் அதிகரித் திருப்பதற்கு தர்மபுரி சம்பவங்களுக்குப் பின்னால் பாமக தலைமையில் நடந்த தலித் எதிர்ப்பு பிரச்சாரம்தான் காரணம். இப்பிரச்சனை குறித்துப் பேசவேண்டிய முக்கிய கட்சிகள் வாய் திறப்பதில்லை. ஆளும் அதிமுக தன் ஆட்சியில் இக்கொலைகள் நடக்கவில்லை என்பது போல நடந்துகொள்கிறது. திமுகவும் அப்படியே. இரு கட்சித் தலைமைகளும் இதில் கள்ள மௌனம் காக்கின்றன. கீழ்மட்டத்தில் பார்த்தால் இக்கட்சிகளைச் சேர்ந்தவர்கள் சில இடங்களில் கௌரவக் கொலை செய்தவர்களுக்கு ஆதரவாக காவல் நிலையத்திற்கு வருவதையும் எங்கள் களப்பணியில் பார்க்கிறோம்" என்று குற்றம் சாட்டுகிறார் சாமு வேல் ராஜன்.

"பெரியாருக்குப் பின் சாதிக் கொடுமைகளுக்கு எதிரான போராட்டங்களை முற்றிலும் கைவிட்டுவிட்டன கட்சிகள். திமுக, மதிமுக, அதிமுக போன்ற கட்சிகள் இது குறித்து வாய்திறப்பதில்லை. கேரளாவிலும் மேற்குவங்கத்திலும் வேறு வகையிலான சாதிக் கொடுமைகள் உண்டு என்றாலும் கௌரவக் கொலை போன்றவை நடப்பதில்லை. கம்யூனிஸ்ட் கட்சிக்குள்

சாதியத்துக்கு எதிரான உணர்வு உள்ளீடாக உருவானதுபோல திராவிடக் கட்சிகளுக்குள் ஆகவில்லை" என்கிறார் சிபிஎம் கட்சியின் மாநிலச் செயலாளர் ஜி.ராமகிருஷ்ணன்.

விடுதலை சிறுத்தைகள் கட்சியின் கொள்கை பரப்புச் செயலாளர் கௌதம சன்னா "எல்லா கட்சிகளும் ஏதாவது ஒரு சாதியுடன் தன்னை அடையாளப்படுத்திக் கொண்டுள்ளன. ஆகவே தங்களை தாங்களே எப்படி எதிர்ப்பார்கள்? அத்துடன் திராவிடக் கட்சிகளின் வாக்கு வங்கி அரசியல் இந்த மௌனத்துக்கு ஒரு முக்கிய காரணம். தலித் மக்கள் எப்படியும் வாக்களித்துவிடுவார்கள். பிற்படுத்தப்பட்ட மக்கள் சில கணக்கீடுகளை வைத்திருப்பர் என்று எண்ணி அவர்களை பகைத்துக்கொள்ள முடியாது என்கிற காரணத்தால் மௌனம் காக்கின்றன. இதையெல்லாம் விட தலித்துகள் என்றால் யார்தான் கண்டுகொள்கிறார்கள்? தலித்துகள் கொல்லப்பட்டாலோ அல்லது தலித்தை காதலித்ததற்காக கொல்லப்பட்டாலோ அக்கொலைகள் கொலைபோலவே தெரியவில்லை போலும்" என்று சாடுகிறார். அதிமுக ஆட்சிக்கு வந்த புதிதில் நடந்த பரமக்குடி தலித் படுகொலைகளின்போது பலியானவர்களுக்கு வெறும் ஒரு லட்ச ரூபாய் மட்டுமே இழப்பீடு வழங்கப்பட்டது இதை நிரூபிக்கிறது.

இளவரசனின் மரணம் ஒரு விதிவிலக்கு. அது தமிழகத்தையே உலுக்கியது என்பதால் அனைத்துக் கட்சிகளும் இதில் கருத்து சொல்லவேண்டிய கட்டாயத்துக்கு ஆளாகின. ஆனால் அதன்பின் நடக்கும் மற்ற கொலைகளை அரசும் கண்டுகொள்ளவில்லை. பிற கட்சிகளும் கண்டுகொள்ளவில்லை. ஆனால் தொடர்ந்து சமூகப் பணியாற்றும் இயக்கங்கள் இது குறித்துப் பேசிக்கொண்டே இருக்கின்றன. ஒரு தலித் கொலை செய்யப்பட்டால் வழக்கை எஸ்.சி/எஸ்.டி சட்டத்தின்கீழ் பதியலாம். ஆனால் ஆதிக்க சாதியைச் சேர்ந்த பெண் ஒருவர் தலித்தை காதலித்ததற்காக கொல்லப்பட்டால் அதை அச்சட்டத்தின்கீழ் பதியமுடியாது. ஆகவே இப்படிப்பட்ட கௌரவக் கொலைகளை அச்சட்டத்தின் கீழ் பதியும் வகையில் சட்டத்திருத்தம் கொண்டுவரவேண்டும் என்று கேட்கிறது தீண்டாமை ஒழிப்பு முன்னணி. "எடுத்துக் காட்டாக விமலாதேவி கொலையில் பாதிக்கப்பட்டது திலீப் குமார் என்கிற தலித் இளைஞன் தான். ஆனால் வழக்கை அச்சட்டத்தின்கீழ் பதிவு செய்ய முடியவில்லை" என்கிறார் சாமுவேல் ராஜன்.

விமலாதேவி வழக்கை விசாரிக்கும் சிபிஐ எஸ்.பி. சரவணனிடம் இந்தியா டுடே பேசியபோது "வழக்கை கடந்த இரு நாட்களாகத்தான் விசாரிக்கத் தொடங்கி இருக்கிறோம். உசிலம்பட்டிக்குச் சென்று விசாரணையை துவக்கியுள்ளோம். எவ்வளவு விரைவாக இந்த வழக்கை விசாரிக்க முடியுமோ அவ்வளவு சீக்கிரம் விசாரித்து முடிப்போம்" என்றார்.

பல வழக்குகளில் இன்னமும் சரியான முறையில் இழப்பீடுகள் வழங்கப்படவில்லை. ராஜபாளையத்துக்கு அருகேயுள்ள சோழபுரத்தைச் சேர்ந்த தலித் பெண்ணான விஜயலட்சுமி கொலை செய்யப்பட்டு இரண்டு ஆண்டுகள் ஆகின்றன. "ராஜகோபால் என்கிற ஆதிக்க சாதி இளைஞரும் என் சகோதரி விஜயலட்சுமியும் காதலித்தனர். திருமணம் என்று வரும்போது தலித் பெண்ணை திருமணம் செய்துகொண்டால் கௌரவத்துக்கு இழுக்கு என்று சொல்லி மறுத்தார். விஜயலட்சுமி பிடிவாதமாக இருக்கவே அவரை கழுத்தை நெரித்துக் கொன்றுவிட்டார். அந்த வழக்கில் பாதிக்கப்பட்ட குடும்பத்துக்குத் தரவேண்டிய தொகையைக் கூட அரசு இன்னமும் தரவில்லை" என்கிறார் விஜயலட்சுமியின் சகோதரர் குருநாத பாண்டியன்.

தலித்துகளை பிறர் காதலித்தால் மட்டும்தான் இந்த பிரச்சனை என்றில்லை. தலித்துகளுக்குள்ளேயே வெவ்வேறு சாதிகளான பள்ளர், பறையர், அருந்ததியர், புதிரை வண்ணார் ஆகியோர் போன்ற படிநிலைகள் இருக்கையில் இவர்களில் ஒரு பிரிவினர் மற்றொரு பிரிவினரை மணம் செய்துகொள்வதும் சிக்கலாகின்றன. 2013ல் பறையர் சாதியைச் சேர்ந்த கோகிலா என்கிற பெண்ணை கார்த்திகேயன் என்கிற அருந்ததிய இளைஞர் மணம்புரிந்தபோது கோகிலா கௌரவக் கொலை செய்யப்பட்டார். இரண்டு வாய்தாக்கள் முடிந்துவிட்ட நிலையில் வழக்கு நீதிமன்றத்தில் இருக்கிறது. பெயர் சொல்ல விரும்பாத அருந்ததிய இளைஞர் ஒருவர் இந்தியா டுடேயிடம் "பறையர் சாதியைச் சேர்ந்த பெண்ணைத்தான் மணமுடித்திருக்கிறேன். அவர்கள் வீட்டில் மிகவும் மோசமாக நடந்துகொண்டனர். என் மனைவியை ஏதேனும் செய்துவிடுவார்களோ என்கிற பயம் இன்னமும் இருக்கிறது. சமூக வலைத்தளங்களில் எங்களைப் பற்றிய செய்திகள் அதிகம் வந்து விவாதமானது. ஏதேனும் நேர்ந்துவிட்டால் தப்பிக்கமுடியாது என்கிற நிலையில் அவர்கள் தற்போதைக்கு அமைதியாக உள்ளனர். எது வேண்டுமானாலும் எப்போதுவேண்டுமானாலும் நடக்கலாம்" என்கிறார்.

கடந்த 2013 மற்றும் 2014 ஆண்டுகளில் மாத்திரம் 30 கௌரவக் கொலைகள் நடந்திருப்பதாக எவிடென்ஸ் அமைப் பின் புள்ளிவிவரம் கூறுகிறது. இவை வழக்காக பதிவு செய்யப் பட்ட கொலைகளின் எண்ணிக்கை. ஆனால் கணக்கில் வராமல் தற்கொலைகள் என்கிற பெயரில் விபத்துகள் என்கிற பெயரில் ஏராளமான மரணங்கள் நிகழ்வதாக சமூக செயற் பாட்டாளர்கள் கூறுகின்றனர். இரண்டு ஆண்டுகளுக்கு முன்பு தற்கொலை செய்துகொண்டதாகக் கருதப்பட்டிருந்த சங்கீதா என்கிற ஐடி துறையில் பணிபுரிந்த இளம்பெண்ணை வேறு சாதியைச் சேர்ந்தவரைக் காதலித்தார் என்பதற்காக பெற்றோரே துப்பட்டாவால் கழுத்தை நெறித்துக்கொன்றனர் என்பது விசா ரணையில் தெளிவாகி அவர்கள் தற்போது சிறையில் உள்ளனர். ஒப்பீட்டளவில் தென் மாவட்டங்கள் வடமாவட்டங்களைவிட சாதிய மோதல்களும் வன்முறைகளும் அதிகம் நிகழும் பகுதி. கௌரவக் கொலைகளும் இங்கு அதிகமாக நிகழ்கின்றன. சாதிய பெருமிதத்தை ஊதி வளர்க்கும் அரசியலும் திரைப்படங்களும் சாதிய உணர்வை மேலும் வளர்க்கின்றன.

“சட்டத்திருத்தம் மிகவும் தேவை. காதல் மணம் புரிந்தவர் களுக்கு வேலைவாய்ப்பில் முன்னுரிமை வேண்டும். இது ஏட்டளவில் மட்டுமே உள்ளது. இதை நடைமுறையில் செயல் படுத்தவேண்டும். மணம் புரிவோருக்கு பத்து லட்சம் ஊக்கத் தொகையாக அரசு வழங்கவேண்டும்” என்கிறார் சாமுவேல் ராஜன்.

ஆனால் இவற்றை எல்லாம் நடைமுறைப்படுத்த இடதுசாரி களும் தலித் இயக்கங்களும் பெரியார் இயக்கங்களும் மட்டும் குரல்கொடுத்தால் போதாது. முக்கியமான மைய நீரோட்ட அரசியலில் உள்ள கட்சிகள் குரல் கொடுக்கும்போதுதான் அவை சட்டமாகும் சாத்தியமுண்டு. ஆனால் இன்றைய சூழலில் அரசியல் கட்சிகள் இவ்விஷயத்தை கையில் எடுப்பது சாத்தியமில்லை என்கிறார் திராவிடர் விடுதலைக் கழகத்தின் பொதுச் செயலாளர் விடுதலை ராஜேந்திரன். “கட்சிகளின் மாவட்டச் செயலாளர்கள் அனைவரும் அந்தந்த பகுதியின் ஆதிக்க சாதியினராகவே உள்ளனர். ஒரு தொகுதியில் வேட் பாளரை நிறுத்துவதும் கூட அந்தந்த பகுதி சாதியைச் சார்ந்த தாக இருக்கும்போது சாதியை எதிர்க்க எப்படி அரசியல் கட்சிகளுக்குத் துணிவு வரும்? கௌரவக் கொலையைச் செய்பவர்கள் சாதியவாதிகளே. சாதியவாதிகளை நம்பியும்

அவர்களைச் சார்ந்தும் கட்சி நடத்தும்போது இக்கொலைகளை எதிர்த்தால் சொந்தக் கட்சிக்குள்ளேயே எதிர்ப்பை சம்பாதிக்க நேரும் என்பதால் இது குறித்து கட்சிகள் பேச மறுக்கின்றன" என்கிறார்.

ராமநாதபுரம் மாவட்டத்தில்தான் அதிகமான கௌரவக் கொலைகள் நடப்பதாக எவிடென்ஸ் அமைப்பின் புள்ளி விவரங்கள் சொல்கின்றன. ராமநாதபுரம் எஸ்.பி. மயில்வாகனன் "எங்களைப் பொறுத்தவரை கௌரவக் கொலையாக இருந்தாலும் மற்ற கொலையாக இருந்தாலும் குற்றவாளிகளைப் பிடித்து தண்டிப்பதில் உறுதியாகவே இருக்கிறோம்" என்கிறார்.

தென்மதுரை மண்டல ஐ.ஜி அபய்குமார் சிங்கிடம் அதிகரித்து வரும் கௌரவக் கொலைகள் குறித்து அரசின் நடவடிக்கைகள் பற்றி கேட்டபோது "உங்களுக்கு விளக்கம் அளிப்பது என் வேலை அல்ல. அதற்காக நான் இங்கு இல்லை. எனக்கு வேறு பணிகள் உள்ளன" என்று காட்டமாகக் கூறினார்.

இந்தியா டுடே, பிப்ரவரி 2015.

மதம்

கிடைக்குமா நியாயத் தீர்ப்பு

பாபர் மசூதி இருந்த இடம் தான் ராமஜென்மபூமியா? இது நாட்டை கடந்த 20 ஆண்டுகளாக உலுக்கிக் கொண்டிருக்கும் முக்கியமான கேள்வி. இந்தக் கேள்விக்கு நிச்சயமான விடை தெரிந்திருந்தும், இதன் பேரால் நடந்த கலவரங்களில் மாண்டு போன உயிர்கள் இன்று திரும்பி வரப்போவதில்லை. ஆனாலும், இனியாவது கலவரங்கள் மூளாமல் இருக்க ஏதோ ஒரு தீர்வு வேண்டும். அது நீதிமன்றம் மூலமாக இருந்தால் நல்லதுதான்.

"அயோத்தி பிரச்சனைக்கு நீதிமன்றம் மூலமோ, சட்ட ரீதியாகவோ தீர்வு காணவே முடியாது. ஒருவேளை நீதிமன்றத்தின் மூலம் இறுதித் தீர்ப்பு கிடைத்தாலும் அது என்றும் நிலைத்திருக்காது" என்கிறார் காஞ்சி ஜெயேந்திரர்.

"உச்ச நீதிமன்றத்திற்கு வேறு எந்தத் தேர்வுமே கிடையாது. எங்களுக்குத்தான் கொடுத்தாக வேண்டும். ஒரு வேளை தீர்ப்பு எதிராகப் போனால், இந்த நாடு வகுப்பு வன்முறையால் அழிவதை யாராலும் தடுக்க முடியாது. இந்த நாட்டில் சமூக ஒற்றுமை நிலவ வேண்டும் என உச்சநீதிமன்றம் விரும்புமானால், இந்துக்களுக்கு சார்பாகவே அது தீர்ப்பளிக்க வேண்டும். மொத்த நிலத்தையும் இந்துக்களுக்கு மட்டுமே கொடுக்க வேண்டும்", இது ராம்விலாஸ் வேதாந்தி அண்மையில் தமிழகத்திலிருந்து

அயோத்திக்குச் சென்ற மக்கள் உரிமை கூட்டமைப்பினரிடம் தெரிவித்த கருத்து. இது அவர்கள் வெளியிட்ட அறிக்கையிலேயே இருக்கிறது.

நீதித்துறைக்கு இத்தகைய வெளிப்படையான மிரட்டல்களை விடுக்கும் அளவிற்கு நிலைமை போய்விட்டது. அலகாபாத் உயர் நீதிமன்றத்தின் தீர்ப்பை எதிர்த்து மேல்முறையீடு செய்யப் பட்ட வழக்கில் கருத்து தெரிவித்த உச்ச நீதிமன்ற நீதிபதிகள் அப்டாப் ஆலம் மற்றும் லோதா ஆகியோர் அடங்கிய பெஞ்ச் "சர்ச்சைக்குரிய நிலத்தை மூன்றாகப் பிரிக்க வேண்டும் என, எந்த தரப்பினரும் கோராத நிலையில், அதை பிரிக்கும்படி அலகாபாத் உயர் நீதிமன்ற நீதிபதிகள் தீர்ப்பு வழங்கியது விந்தையாய் இருக்கிறது" என்று அதிருப்தி தெரிவித்தது. "இந்த விநோதமான தீர்ப்புக்கு தடை விதிக்க வேண்டியது அவசியம். நிலம் மூன்று தரப்பினருக்கும் சொந்தம் என தெரிவித்ததன் மூலம், நீதிமன்றம் தானாகவே ஏதோ ஒன்றைச் செய்துள்ளது. இது போன்ற உத்தரவுகள் செயல்பாட்டுக்கு வர அனுமதிக்க முடியாது. அயோத்தியில் சர்ச்சைக்குரிய நிலத்தில் தற்போதைய நிலை தொடரும். மேலும், சர்ச்சைக்குரிய 2.77 ஏக்கர் நிலத்தை சுற்றியுள்ள, மத்திய அரசால் கையகப்படுத்தப்பட்டுள்ள 67 ஏக்கர் நிலத்திலும் எந்த விதமான மத நடவடிக்கைகளையும் மேற்கொள்ளக்கூடாது. அந்த நிலத்திலும் தற்போதைய நிலை தொடர வேண்டும்" என்றும் உச்ச நீதிமன்ற நீதிபதிகள் தங்கள் உத்தரவில் குறிப்பிட்டனர்.

நிலத்தைப் பிரித்து அலகாபாத் உயர் நீதிமன்றம் வழங்கிய தீர்ப்பில் தொல்பொருள்துறை நடத்திய அகழ்வாராய்ச்சியின் முடிவுகளை சுட்டிக்காட்டியிருந்தது. ஆனால் சூரஜ்பன், டி.என்.ஜா போன்ற வரலாற்று அறிஞர்கள் இந்த அகழ்வாராய்ச்சி யில் அடிப்படை நியதிகள் மீறப்பட்டுள்ளதாக குற்றம் சாட்டு கின்றனர். ஆனால் அகழ்வாராய்ச்சிக்குழுவில் இருக்கும் பேரா சிரியர் ஏ.கே.மிஸ்ரா 'நீதிமன்ற உத்தரவுப்படி நாங்கள் செய்யும் போது நியதிகள் பற்றிக் கவலைப்படத் தேவையில்லை' என்கிறார். ஆக அயோத்தியில் செய்யப்பட்ட அகழ்வாராய்ச்சியே சர்ச்சைக்குள்ளாகி இருக்கையில் சர்ச்சைக்குரிய நிலம் குறித்த முடிவுகளுக்கு அந்த ஆராய்ச்சியின் முடிவுகளை சாட்சியாக்கி இருப்பது விநோதம் தான். டி.என்.ஜா இந்தத் தீர்ப்பை 'உண்மை களுக்கும், வரலாற்று சான்றுகளுக்கும், வரலாறு எழுதும் பாரம் பரியத்திற்கும் நேர்ந்த அவமானம்' என்றார்

1528க்கு முன் பல மதங்களும் அயோத்தியை சொந்தம் கொண்டாடி இருக்கின்றன. 7ம் நூற்றாண்டில் பௌத்த மதம் அயோத்தியில் கோலோச்சியது. ஜெயின் மதத்தின் முதலாவது மற்றும் நான்காவது தீர்த்தங்கரர்கள் அயோத்தியைச் சேர்ந்த வர்கள் தான். அதனால் இப்போதும் ஜெயினர்களுக்கு அயோத்தி ஒரு புனிதத்தலம். 12ம் நூற்றாண்டிலிருந்து அயோத்தியில் இஸ்லாமியர்களின் நடமாட்டம் தொடங்கியது. சூஃபி பிரிவைச் சேர்ந்த பலர் அயோத்திக்கு மத்திய ஆசியாவிலிருந்து வந்து சென்றதற்கான ஆதாரங்கள் உள்ளன. ஆக, 12ம் நூற்றாண்டிற்கு முன்பே பௌத்தம், ஜெயின மதம், இஸ்லாம் ஆகியவை அயோத்தியில் இருந்திருக்கின்றன. 17ம், 18ம் நூற்றாண்டுகளுக்கு முன்பு அயோத்தி இந்துக்களின் புனிதத்தலமாக இருந்ததில்லை. இவ்வளவு ஏன்? 17ம் நூற்றாண்டுக்கு முன்னால் உத்தர பிரதேசம் முழுவதிலுமே கூட ஒரு ராமர் கோவில் கூட கட்டப்படவில்லை என்பதே வரலாறு சொல்வது. பாபர் மசூதியோ 1528ம் ஆண்டு கட்டப்பட்டது. ஆனால் இவற்றையெல்லாம் கணக்கி லெடுக்காமல் ராமர் பிறந்த இடம் இது தான், கோவிலை இடித்துவிட்டுத்தான் மசூதி கட்டப்பட்டது என்று அலகாபாத் உயர் நீதிமன்ற நீதிபதிகள் ஒரு முடிவுக்கு வந்தார்கள்.

1788ம் ஆண்டுதான், பிரெஞ்சு நாட்டைச் சேர்ந்த பாதிரியார் டிஃபென்தலர், பாபர் மசூதி இருந்த இடத்தில்தான் ராமர் பிறந்தார் என்று தனது குறிப்புகளில் முதன் முதலில் எழுதி வைத்து இந்தப் பிரச்சனையைத் தொடங்கி வைத்தவர். அதிலிருந்து, அங்கேதான் ராமர் பிறந்தாரென்றும் கோவிலை இடித்துவிட்டுத்தான் மசூதி கட்டப்பட்டதென்றும் பிரசாரம் தொடங்கியது. ஆனால், 1810ல் ஸ்காட்லாந்தைச் சேர்ந்த மருத்துவர் பிரான்சிஸ் பக்னன் அயோத்திக்கு வந்தார். ராமர் கோவில் இருந்ததென்று கூறப்படு வதை அவர் ஆதாரங்களோடு மறுத்து தனது குறிப்புகளில் எழுதியிருக்கிறார்.

1855ல் முதன் முறையாக இந்துக்களுக்கும், இஸ்லாமியர்களுக் கும் இது தொடர்பான பிரச்சனை பெரிதானதைத் தொடர்ந்து இதனை தீர்க்க வாஜித் அலிஷா தலைமையில் மூன்று உறுப்பினர் களைக் கொண்ட குழு நியமிக்கப்பட்டது. அதன்பின் இந்திய சுதந்திரப் போராட்டத்தின் தொடக்கத்தில் 1889ம் ஆண்டு ஒரு இந்து சாமியார் நிதிமன்றத்தை அணுகினார். ஆனால் அவருடைய மனு நிராகரிக்கப்பட்டது. ஒரே ஒரு முறை மட்டும் 1934ல் இரு தரப்பினருக்கிடையே பிரச்சனை ஏற்பட்டதைத் தவிர

வேறெதுவுமின்றி 1889 முதல் 1949 வரை இந்துக்களும், இஸ்லாமியர்களும் அங்கே வழிபட்டு வந்திருக்கிறார்கள். இப்போதைய பிரச்சனைக்கு ஊற்றுக்கண்ணாய் இருந்தது 1949ல் நடந்த ஒரு சம்பவம். அப்போது ஃபைசாபாத்தின் இணை ஆணையராக இருந்த கே.கே.கே. நாயர் ஆர்.எஸ்.எஸ். அமைப்பின் உறுப்பினராய் இருந்ததாய் குற்றம் சாட்டப்பட்டவர். பாபர் மசூதியின் நடுப் பகுதியில் ராமர் சிலையை வைத்து வழிபட அவர் அனுமதி அளித்தார். அப்போது தொடங்கிய பிரச்சனை அதன்பின் அரசியல் ஆதாயங்களுக்காக பா.ஜ.க.வால் பெரிதாக்கப்பட்டு இன்றைக்கு வரை இழுத்துக்கொண்டு நிற்கிறது.

உச்ச நீதிமன்றத் தீர்ப்பினாலாவது ஒரு நல்ல முடிவு கிடைத்து, நாட்டு மக்கள் அச்சமின்றி வாழ்வதற்கு வகை செய்யுமா?

ஆனந்த விகடன், மே 2011.

நாடற்றவர்கள்

'I am from nowhere' என்று நீங்கள் எப்போதாவது உங்களை உணர்ந்ததுண்டா? புலம் பெயர்ந்து வாழும் அகதிகளுக்கும் கூட 'இது எங்கள் நாடு' என்கிற உணர்வும் அங்கே திரும்பவும் சென்று வாழ முடியவில்லையே என்கிற ஏக்கமும் இருக்கும். ஆனால் எந்த நாடென்றே தெரியாமல், எந்த நாட்டிலும் குடியுரிமை பெறாமல், ஒரு தேசிய இனமாகவும் ஐ.நா.சபையால் அங்கீகரிக்கப்படாமல் அநாதைகள் போல வாழிடத்திலேயே அலைய நேர்ந்ததுண்டா நீங்கள்? கண்ணெதிரே பெற்ற பிள்ளை களையும், பெற்றோரையும் கொன்று, உடன்பிறந்த சகோதரியை ராணுவம் பாலியல் பலாத்காரம் செய்கையில் காப்பாற்ற வழிதெரியாமல் கதறியதுண்டா? நீங்களும் நானும் ஒரு பாது காப்பான சமூகத்தில் வாழ்கிறோம். ஆனால் மியான்மரில் உள்ள ரோஹிங்கியா முஸ்லிம்களின் நிலைமை இதுதான்.

ஈழத்தின் முள்ளிவாய்க்காலில் கொல்லப்பட்ட மனித உயிர்களின் ஓலம் அடங்கும் முன்பாகவே, இதோ அதற்கு நிகரான இன்னொரு இனப்படுகொலை நிகழ்ந்து வருகிறது மியான்மரில். முன்பு பர்மா என்றழைக்கப்பட்ட இப்போதைய மியான்மரில் பௌத்தம்தான் பிரதான மதம். அங்கு வாழும் ரோஹிங்கியா முஸ்லிம்கள் சிறுபான்மையினர். இதுவரை கொல்லப்பட்டவர்கள், காணாமல் போனவர்களின்

எண்ணிக்கை 20,000 என்று தகவல்கள் தெரிவிக்கின்றன. ஆனால் ஊடகங்களில் பெரிதாக இதுகுறித்த செய்திகள் வரவில்லை. இவ்வளவு பெரிய இனப்படுகொலை நடந்தபின்னும் உலகின் கவனம் மியான்மர் பக்கம் திரும்பவில்லை. இவை எல்லாமே ஈழத்தை நமக்கு நினைவுபடுத்துகின்றன. ஈழத்துக்காக ஒலித்த குரல்கள் எப்படி இலங்கைக்குள்ளும், தமிழ்நாட்டுக்குள்ளும் மட்டுமாக ஒலித்ததோ, அப்படியே ரோஹிங்கியா முஸ்லிம்களின் குரல்களும் சர்வதேச சமூகத்தின் கவனத்தை ஈர்க்கவில்லை.

எதற்காக இந்த படுகொலைகள்? மியான்மரின் ராகின் மாகாணத்தில் புத்த மதத்தைச் சேர்ந்த இளம்பெண் ஒருவர் பாலியல் வன்முறைக்கு ஆளாக்கப்பட்டு கொலை செய்யப் பட்டார். இதைச் செய்தது என்று கூறி மூன்று முஸ்லிம் களை கைது செய்தது மியான்மர் அரசு. ஆனால் இளம் பெண்ணின் படுகொலைக்கு ரோஹிங்கியா முஸ்லிம்களை பழிவாங்கவேண்டும் என்று துண்டுப் பிரசுரங்கள் விநியோகிக்கப் பட்டன. மிகத் தீவிரமான இன எதிர்ப்புப் பிரசாரம் முடுக்கி விடப்பட்டது. முஸ்லிம்கள் மீதான வன்முறை தொடங்கியது. அவசர நிலை பிரகடனம் செய்யப்பட்டது. தொடக்கத்தில் இருதரப்பிலும் உயிர்ச் சேதங்கள் இருந்தாலும் ஒரு கட்டத்தில் ராகின் பௌத்தர்களின் கை ஓங்கியது. கடைகள், கல்வி நிலை யங்கள், வங்கிகள் என்று அனைத்தும் மூடப்பட்டன. ஊரடங்குச் சட்டம் முஸ்லிம்களை வீட்டுக்குள் முடக்கிப் போட்டதால், அவர்களை வேட்டையாடிய பௌத்த ராகின்களுக்கு மிக வசதி யாகப் போய்விட்டது. அவர்களின் வீடுகளுக்குள்ளேயே சென்று அவர்களைக் கொன்றனர். ஊரடங்கு உத்தரவுக்கு ராகின் வன்முறையாளர்கள் செவிசாய்க்கவில்லை. காவல்துறையும் ராணுவமும் இவர்களுக்கு உதவின. உள்நாட்டில் வாழ வழியில்லாத முஸ்லிம்கள், உயிரைக் காத்துக்கொள்ள படகு களில் வங்கதேசத்துக்கு அகதிகளாகச் சென்றனர். ஆனால் வங்கதேசமோ ஏற்கனவே 3 லட்சம் ரோஹிங்கியா அகதிகள் தங்கள் நாட்டில் இருப்பதால் மேற்கொண்டு அகதிகளை ஏற்றுக்கொள்ளமுடியாது என்று கூறி திருப்பி அனுப்பியது. நடுக்கடலில் போவதற்கு திக்கற்று அலைந்து திரிந்தே பசியிலும் பட்டினியிலும் நோயுற்றும் பலர் இறந்துபோயுள்ளனர். இது ஒருபுறம் என்றால் படகுகளில் தப்பித்துச் செல்லும் அகதிகளை குறிவைத்து ஹெலிகாப்டர் மூலமும் தாக்குதல் நடத்தப்பட்டு கொல்லப்படுகிறார்கள். அகதிகளாகத் தப்பித்தவர்கள் கதி

இதுவென்றால், உள்ளேயே இருந்தவர்கள் பேரினவாத குழுக்களிடம் சிக்கி தங்கள் உயிரை இழக்கின்றனர். படுகொலை செய்யப்பட்டு இறந்த முஸ்லிம்களின் தலைமுடியை அகற்றி மொட்டையடித்து, அவர்களுக்கு பௌத்தத் துறவிகள் போன்று உடை அணிவிக்கப்பட்டு, புகைப்படங்கள் எடுக்கப்பட்டு முஸ்லிம்களால் கொல்லப்பட்டது போன்ற தோற்றம் உருவாக்கப்பட்டு கலவரங்கள் தூண்டப்படுவதாக சர்வதேச ஊடகங்களில் செய்திகள் வெளியாகின. ஆனால் இதை உண்மை என்று நம்பும் மியான்மர் நாட்டினர் முஸ்லிம்களுக்கெதிரான கலவரங்களில் தொடர்ந்து ஈடுபடுகின்றனர். ரோஹிங்கியா மக்கள் மத்தியில் வேலை செய்துகொண்டிருந்த தொண்டு நிறுவனமான *ALTSEAN* "இது போன்ற மோசமான நிலைமையை, நாம் இதற்கு முன்னர் சந்தித்திருக்கவில்லை. இனப்படுகொலை என்பதைக் குறிக்கும் சர்வதேச சட்டத்தினால் வரையறுக்கப்படக் கூடிய சம்பவங்கள் நடந்து கொண்டிருக்கின்றன. ரோஹிங்கியா வங்காளிகள் என்ற இனம், மியான்மரில் அழிந்து கொண்டிருக்கிறது" என்கிறது.

இந்த கோரத்தாக்குதல்களைக் கண்டித்து எகிப்து தலைநகர் கெய்ரோவில் லட்சக்கணக்கானோர் கலந்துகொண்ட போராட்டம் நடைபெற்றது. ஜெர்மன் தலைநகர் பெர்லினிலும் மக்கள் ஆர்ப்பாட்டம் நடத்தினர். பாகிஸ்தான் அரசு இந்தப் படுகொலைகளை நிறுத்த மியான்மர் அரசை நிர்பந்திக்கவேண்டும் என்றும் அந்த நாட்டுடன் உள்ள ராஜிய உறவுகளைத் துண்டித்துக்கொள்ள வேண்டும் என்றும் தாலிபான்கள் கோரிக்கை விடுத்துள்ளனர். அப்படிச் செய்யாவிட்டால், பாகிஸ்தானில் உள்ள மியான்மர் நாட்டினரைத் தாக்குவோம் என்றும் தாலிபான்கள் எச்சரித்துள்ளனர். மியான்மரில் உள்ள தனது பணியாளர்களை ஐ.நா.சபை திரும்ப அழைத்துக்கொண்டது. மனித உரிமைகள் கண்காணிப்பு அமைப்பு தனது பார்வையாளர்களை மியான்மருக்குள் அனுமதிக்க வேண்டும் என்று மியான்மர் அரசைக் கேட்டுக்கொண்டிருக்கிறது. துருக்கி நாட்டு அரசு நிலைமையை நேரில் ஆய்வு செய்ய மியான்மருக்கு வெளியுறவுத்துறை அமைச்சர் அஹ்மத் தாவூத் ஒக்லுவை அனுப்பியது. 'மேற்கு மியான்மரில் இனச் சுத்திகரிப்பு நடக்கிறது' என்கிறது சவுதி அரேபியா. பாகிஸ்தான் அதிபர் ஆஸிஃப் அலி சர்தாரி மியான்மர் அதிபர் தைன் சென்னுக்கு தாக்குதல்களை நிறுத்தக்கோரி கடிதம் எழுதினார். ஆனாலும் தாக்குதல்கள் நிற்கவில்லை. சீனாவும் இந்தியாவும் இதுகுறித்து

கனத்த மௌனம் சாதிக்கின்றன. நோபல் பரிசு வென்ற மியான்மரின் எதிர்க்கட்சித் தலைவர் ஆங்-சாங்-சூ-கீயும் இது குறித்து மௌனம் சாதிக்கிறார். அமைதிக்கான நோபல் பரிசை வென்ற இன்னொருவரான தலாய் லாமாவும் இது குறித்து மௌனம் சாதிக்கின்றார். ஒருவேளை அமைதிக்கான நோபல் பரிசை, இதுபோன்ற சமயங்களில் அமைதியாய் இருப்பதற்காக வழங்கப்பட்டது என்று புரிந்துகொண்டார்களோ என்னவோ?

ரோஹிங்கியா முஸ்லிம்கள் 8 லட்சம் பேருக்கு குடியுரிமை வழங்கவில்லை மியான்மர் அரசு. திருமணம் செய்துகொள்ள ராணுவ உயர் அதிகாரிகளிடம் அனுமதி பெற வேண்டும். எல்லைக் காவல்படை உட்பட 4 இடங்களில் அனுமதிப் பத்திரம் பெறப்பட வேண்டும்.. திருமணம் செய்யாமல் ஓர் ஆணும் பெண்ணும் இணைந்து வாழ்வது அங்கு குற்றம். அப்படி வாழ்ந்து கருவுற்ற ஓர் இளம்பெண்ணின் கால்நடைகளையும் உடைமைகளையும் ராணுவத்தினர் அபகரித்துச் சென்ற சம்பவமும் நடந்தது. 2 குழந்தைகளுக்கு மேல் பெறக்கூடாது. மிகக் குறைவான ஊதியமே அவர்களுக்கு வழங்கப்படும். அவர்களுடைய நிலங்கள் பிடுங்கிக்கொள்ளப்படுகின்றன. ஓரிடத்தில் இருந்து இன்னொரு இடத்திற்கு நாட்டுக்குள்ளேயே இடம்பெயர அரசின் அனுமதியை அவர்கள் பெறவேண்டும். உயர்கல்வி வழங்கப்படுவதில்லை. பாஸ்போர்ட் கிடையாது. 7 வயது முதலே குழந்தைகள் தொழிலாளிகளாக்கப்படுகிறார்கள். நாட்டின் மிக அபாயகரமான, மோசமான தொழில்கள் செய்ய நிர்பந்திக்கப்படுகிறார்கள். பாலம் கட்டுவது, பாதைகளை சீரமைப்பது போன்ற பல கட்டுமானப் பணிகளிலும் இவர்களே குறைந்த கூலிகளில் அடிமைகள் போல வேலை வாங்கப்படுகிறார்கள். இவர்களின் வீடுகளுக்குள் எப்போது வேண்டுமானாலும் காவல்துறை நுழைந்து சோதனை செய்கிறது. அவர்கள் கூடும் இடங்களில் துப்பாக்கிச்சூடுகள் நடத்தப்படுகின்றன. ராணுவம் முஸ்லிம் பெண்களை பாலியல் வல்லாங்கு செய்வது வாடிக்கையாகிப் போனது. இத்தனை அடக்குமுறைகளைத் தாங்கிக்கொண்டிருக்கும் ஒரு சமூகம் இந்நேரம் பொங்கியெழுந்திருக்க வேண்டும். ஆனால் குர்துக்கள், பாலஸ்தீனியர்கள் போல அவர்களை வழிநடத்த ஒரு தலைவர் அவர்களுக்கு இல்லை என்பதால் அது நடக்கவில்லை.. ஆங்-சாங்-சூ-கீ போல ரோஹிங்கியாக்களுக்கு மக்களைக் கவர்ந்திழுக்கக் கூடிய தலைவர்கள் இல்லை. *"Most friendless people in the world"*

என்று அகதிகளுக்கான ஐ.நா ஹைகமிஷனர் கிட்டி மெக்கின்ஸி இவர்களைக் கூறுகிறார்.

படகுகளில் தப்பித்து, கடலில் தத்தளித்து தடுமாறியவர்களைக் காப்பாற்றிக் கரைசேர்த்தது இந்தோனேஷிய கடற்படை. மருத்துவ மனையில் சிகிச்சை பெற்றுவரும் முகமது ஷஃபிருல்லாஹ் என்கிற சிறுவன் ஊடகங்களிடம் கூறியது இது. "நாங்கள் 200 பேர் தப்பித்து வந்தோம். எங்கள் மக்கள் பலர் சிறையில் வாடுகிறார்கள். எங்கள் குடும்பத்தின் நிலம் அபகரிக்கப்பட்டது. என் சகோதரன் காட்டுக்குள் இழுத்துச்செல்லப்பட்டு துப்பாக்கி யால் சுடப்பட்டு இறந்துவிட்டான். அங்கேயுள்ள மக்களுக்கு மருத்துவ வசதிகளோ, உணவோ இல்லை".

மியான்மரில் நடப்பவை தொடர்பான விடியோ பதிவுகள் இணையத்தில் செய்தித்தொகுப்புகளாகக் கிடைக்கின்றன. அவற்றை கண்கொண்டு பார்க்க முடியவில்லை. அத்தனை சித்திரவதைகள், மனித உரிமை மீறல்கள், படுகொலைகள். வங்கதேசத்தில் அனுமதி மறுக்கப்பட்டு திருப்பி அனுப்பப்படும் அகதிகள் நடுக்கடலில் படகுகளில் அமர்ந்து கதறியபடியே விண்ணை நோக்கி இரு கைகளையும் நீட்டி 'அல்லாஹ்! இந்த வேதனை வேண்டாம். நாங்கள் எங்கு செல்வோம். எங்களை அழைத்துக்கொள்' என்று பிரார்த்திப்பதைப் பார்ப்பவர்களின் கல் மனமும் கரைந்துவிடும். இப்படி வங்கதேசத்தால் திருப்பி அனுப்பப்படும் படகுகளின் கதி என்னவென்பதே தெரிய வில்லை.

இத்தனை பேரை பலிகொண்டிருக்கும் இந்த இனப்படுகொலை குறித்து இந்திய ஊடகங்களில் பெரும்பகுதி, அரசைப் போலவே மௌனம் சாதிக்கின்றன. சென்னையில் தமிழ்நாடு முஸ்லிம் முன்னேற்றக் கழகம் சார்பில் இந்த இனப்படுகொலைகளை எதிர்த்து ஓர் ஆர்ப்பாட்டம் நடத்தப்பட்டது. இதைத் தவிர பெரிய எதிர்வினைகளோ, ஊடகப்பதிவுகளோ தமிழகத்தில் இல்லை. இந்திய அளவிலும் இல்லை. மியான்மர் குறித்து தெரிந்துகொள்ள இணையம் மட்டுமே ஒரே ஒரு வழியாக இருக்கிறது. ஆனால் அதே இணையம்தான் மியான்மரில் முஸ்லிம்களுக்கெதிரான கலவரத்தைப் பரப்பவும் காரணமாக இருந்தது.

அண்டை நாடு என்கிற முறையில் இந்தப் படுகொலைகளைப்

பார்த்துக்கொண்டு சும்மா இருக்கப்போகிறதா இந்தியா? அல்லது ஒரு கண்டன அறிக்கையாவது இந்திய அரசு வெளியிடுமா என்கிற எதிர்ப்பார்ப்பு இந்திய முஸ்லிம்களிடையே உள்ளது. அதையாவது நிறைவேற்றுமா அரசு?

ஆனந்த விகடன், ஆகஸ்ட் 2012.

எது மதச்சார்பின்மை?

ஐஏஎஸ் அதிகாரி உமாசங்கரை இனி கிறிஸ்தவ மதப் பிரச்சாரத் துக்குச் செல்லக்கூடாது என தமிழக அரசின் தலைமைச் செயலர் எச்சரித்துள்ள நிலையில் அதற்குக் கூறப்படும் காரணங்களில் ஒன்று; எல்லோருக்கும் பொதுவான ஒரு ஐஏஎஸ் அதிகாரி ஒரு குறிப்பிட்ட மதத்திற்காக பிரச்சாரம் செய்யக்கூடாது என்பதே. ஊடகங்கள் மற்றும் சமூக வலைத்தளங்களில் இது குறித்து தீவிரமாக விவாதிக்கப்படுகிறது. உமாசங்கர் இதைச் செய்யக்கூடாது என்றால் இந்து மதத்தை மட்டும் மிக வெளிப்படையாக தூக்கிப் பிடிக்கும் நடவடிக்கைகளில் அரசு அதிகாரிகளும், அரசு ஊழியர்களும் செயல்படுவது சரியா என்கிற கேள்வி எழுந்துள்ளது.

அரசு ஊழியர் தொடங்கி மாநிலத்தின் உச்ச பதவியில் இருப்போர் வரை இந்துக் கடவுளர்களின் படங்களை அலுவல கத்தில் வைத்திருப்பது எந்த வகையில் சரி என்பது பலரின் வாதம். நம் அரசு ஒரு மதச்சார்பற்ற அரசு என்கிறது அரசியல் சாசனம். ஆனால் அதன்படிதான் அரசோ, அரசு அதிகாரிகளோ, அரசாங்கத்தின் அமைச்சர்களோ, அரசு ஊழியர்களோ நடந்து கொள்கிறார்களா? அரசு அலுவலகங்களில் புதிதாக எந்த மதத்தின் வழிபாட்டுச் சின்னமும் அமைக்கப்படக்கூடாது என சென்னை உயர் நீதிமன்றத்தின் மதுரை கிளையின்

உத்தரவை குறிப்பிட்டு தமிழக அரசு அனுப்பிய சுற்றறிக்கையை தமிழகத்தின் அரசு அலுவலகங்கள் மதித்ததாகத் தெரியவில்லை. மதச்சார்பற்ற அரசு என்பது எந்த மதமும் சாராத அரசு. ஆனால் அதற்கு நேர் எதிராக, இந்து மதம் சார்ந்த பூஜைகள் வெள்ளிக்கிழமைகளில் நடத்தப்படும் அரசு அலுவலகங்கள் உண்டு. ஒவ்வோர் ஆண்டும் ஆயுதபூஜையோ சரஸ்வதி பூஜையோ நடத்தாத அரசு அலுவலகங்கள் இல்லை.

காவல் நிலையங்களும் இதற்கு விதிவிலக்கு அல்ல. 28/05/2005 தேதியிட்ட டிஜிபி அலுவலகத்தின் அறிக்கை இப்படிக் கூறுகிறது: 'புதிதாக கட்டப்பட்ட காவல்துறை அலுவலகங்கள், காவலர்களின் குடியிருப்புப் பகுதிகளிலும், கோயில்கள், தேவாலயங்கள், மசூதிகள் போன்ற வழிபாட்டுத்தலங்கள் காணப்படுகின்றன. இது நம் அரசியல் சட்டத்துக்கு எதிரானது. இது தேவையற்ற வேறுபாட்டையோ பதட்டத்தையோ உருவாக்க வாய்ப்புள்ளது. காவல்துறையின் அலுவலகத்திலும் குடியிருப்புப் பகுதிகளிலும் வழிபாட்டுத் தலங்கள் இருக்கக்கூடாது என்பதை உறுதிப்படுத்தவேண்டும். நம்முடையது மதச்சார்பற்ற நாடு என்பதை நினைவில் வைத்து நம் கடமைகளை அரசியல் சாசனத்துக்கு உட்பட்டு நிறைவேற்றவேண்டும். மேலும் காவலர் குடியிருப்புப் பகுதியில் இருக்கும் வழிபாட்டுத் தலத்தை பொதுமக்கள் பயன்படுத்த விரும்பினால் அவர்களை கட்டுப்படுத்த இயலாது. அத்துடன் ஓர் அலுவலகம் என்பது அலுவலகமாக மட்டுமே இருக்கவேண்டும். அதாவது வேலை செய்யும் இடமே வழிபடவேண்டிய ஒன்றுதான்.'

ஆனால் இந்த அறிக்கைக்கு மாறாக, தமிழ்நாட்டில் பல காவல் நிலையங்களில் ஆயுத பூஜை போடப்படுகிறது. (காவல் நிலையங்கள் மட்டுமல்ல அரசு அலுவலகங்களில் ஆயுத பூஜை கொண்டாடப்படுகிறது) தொடர்ந்து இதை எதிர்த்து பரப்புரை செய்துவரும் திராவிடர் விடுதலைக் கழகத்தின் தலைவர் கொளத்தூர் மணியிடம் இந்தியா டுடே பேசியபோது "உமாசங்கர் ஐஏஎஸ் மதப் பிரச்சாரம் செய்வதை நாங்கள் ஏற்க வில்லை. அது தவறுதான். ஆனால் அவரை மட்டும் கேள்வி கேட்கும் அரசு தன்னளவில் மதச்சார்பற்றதாக இயங்குகிறதா? அதிகாரிகள், நீதிபதிகள் போன்றவர்கள் பகவத்கீதை சொற்பொழிவுகள் செய்வதெல்லாம் எந்தக் கணக்கில் வரும்? ஏ.ஆர். தவே என்கிற உச்ச நீதிமன்ற நீதிபதி 'கீதையை தேசிய நூலாக்கவேண்டும்' என்று பேசுகிறார். இவர் எல்லாம் நீதியை

ஆராய்ந்து தீர்ப்பு எப்படி கூறுவார்? உச்ச நீதிமன்றம் இரவு 10 மணிக்கு மேல் அமைதிநேரம் என்று அறிவித்திருக்கிறது. ஆனால் கோயில் திருவிழாக்களுக்கு மட்டும் அனுமதி உண்டு. அதில் காவல்துறை அதிகாரிகள் பலர் கலந்துகொண்டு உரையாற்று கிறார்கள். இதையெல்லாம் ஏன் அரசு கேள்வி கேட்பதில்லை?" என்று கேட்கிறார்.

அதிகாலையில் அரசு பேருந்துகளில் இந்து மத பக்திப் பாடல்கள் ஒலிப்பதையும் இந்து மதக் கடவுளர்களின் படங்கள் பேருந்துக்குள் மாட்டப்பட்டிருப்பதையும் பார்க்கிறோம். நடத்துனரோ ஓட்டு னரோ இஸ்லாமியராகவோ கிறிஸ்தவராகவோ இருந்தாலும் தங்கள் மதப் பாடல்களை ஒலிக்கவிடுவதில்லை. ஆனால் இந்து மதம் சார்ந்த அனைத்துமே வெகு சாதாரணமாக நடைமுறைக்கு வந்துவிடுவது எப்படி என்பதே மதச்சார்பற்றவர்களின் கேள்வியாக இருக்கிறது. ஆனால் இவை எதுவும் தவறில்லை என்கிறார் பாஜகவின் தேசிய செயலர் எச். ராஜா. "இந்தியாவில் இந்துக்கள் தான் பெரும்பான்மை. ஆகவே இது இந்துநாடுதான். பெரும்பான்மையானோர் செய்வதை அரசும் செய்கிறது. அதைக் குற்றம் என்று சொல்வது சரியல்ல. பூஜை செய்வது நம் நாட்டின் பண்பாடு. அதை மதம் மாறிய இஸ்லாமியர்களும் கிறிஸ்தவர்களும் கூட பின்பற்றவேண்டும்" என்று வித்தியாசமாக விளக்கம் தருகிறார்.

அரசின் கடைநிலை ஊழியர்களைவிட அரசை ஆளும் மக்கள் பிரதிநிதிகளின் செயல்தான் இன்னும் அதிகமாக கேள்விக்குட்படுத்தப்படுகிறது. கடந்த திமுக ஆட்சியின்போது சட்டமன்றத்தில் விடுதலைச் சிறுத்தைகள் கட்சியின் சட்டமன்ற உறுப்பினராக இருந்த எழுத்தாளர் ரவிக்குமார் மதச்சார்பற்ற தமிழக அரசின் சின்னமாக ஒரு கோவில் கோபுரம் எப்படி இருக்கமுடியும் என்று சட்டமன்றத்தில் கேள்வி எழுப்பினார். "உலகளாவிய அளவில் கி.மு, கி.பி என்று வரலாற்றைப் பிரிப்பதே ஓர் மதம் சார்ந்த விஷயமாக இருப்பதாகக் கருதி தற்போது சி.இ (Common Era) என்றும் பிசிஇ (Before Common Era) என்றும் பிரிக்கத் தொடங்கிவிட்டார்கள். நாமும் அதுபோல மதச்சார்பற்றவர்களாக ஒவ்வொரு விஷயத்திலும் நடந்துகொள்ளவேண்டியுள்ளது. அனைத்து மதத்தவருக்குமான தமிழக அரசின் சின்னமாக கோவில் கோபுரம் இருப்பது சரியல்ல. அதற்கு பதிலாக 'பிறப்பொக்கும் எல்லா உயிர்களுக்கும்' என்று சொன்ன திருவள்ளுவரை சின்ன

மாக்குவதுதான் சரியாக இருக்கும். மற்ற எந்த மாநிலத்தின் சின்னமும் இத்தனை வெளிப்படையாக ஒரு மதம் சார்ந்து இல்லை. மேலும், அனைத்து மதத்தினரும் பயன்படுத்தும் அரசு மருத்துவமனை வளாகங்களில் கோயில்கள் உள்ளன. இதுபோல பிற மதத்தினரும் வழிபாட்டுத்தலம் வேண்டுமென்று கேட்டால் கட்டித்தருவார்களா என்ன?" என்கிறார்.

மதச்சார்பற்ற அரசின் ஓர் அங்கமாகிய அமைச்சர்கள் மண்சோறு சாப்பிடுவது தொடங்கி யாகம் வளர்ப்பது, அங்கப் பிரதட்சணம் செய்வது என்று அனைத்தையுமே செய்கின்றனர். இதை தனிப்பட்ட முறையில் செய்தால்கூட பிரச்சனை இல்லை. முன்னாள் முதல்வர் ஜெயலலிதாவின் பிறந்தநாளுக்கும், அவர் சிறையிலிருந்தபோது பிணை கிடைக்கவேண்டும் என்பதற்காகவும் அமைச்சர்கள் இவற்றைச் செய்து அவை பத்திரிகைகளில் செய்தியாகும்படியும் பார்த்துக்கொள்கையில் அது பொதுவான விஷயமாகி விடுகிறது. திமுக ஆட்சியில் அமைச்சராக இருந்த அந்தியூர் செல்வராஜ் கோவில் திருவிழாவில் தீமிதித்தபோது, அப்போதைய முதல்வர் அவரைக் கண்டித்தார். ஆனால் அதிமுக ஆட்சியிலோ இத்தகைய செயலே விசுவாசத்தை அளவிடும் கருவியாகிவிட்டது. வனத்துறை அமைச்சரான எம்.எஸ்.எம்.ஆனந்தன் தலைமையில் திருப்பூரில் உள்ள ராகவேந்திரா கோவிலில் கணபதி ஹோமம், சுதர்சன ஹோமம், நவக்கிரஹ ஹோமம், நரசிம்ம ஹோமம் ஆகியவை நடந்தது. இந்த நிகழ்ச்சியில் மேயர் அ.விசாலாட்சியும் கலந்துகொண்டார். ஈரோடு மேயரான மல்லிகா பரமசிவம் வீரப்பன்சத்திரம் மாரியம்மன் கோவிலில் ஜெ. விடுதலைக்காக அங்கபிரதட்சணம் செய்து தன் 'பக்தி'யை நிலைநாட்டினார்.

அண்மையில் கோயம்புத்தூரில் உள்ள விவசாய ஆராய்ச்சி மையம், விவசாயிகளுக்காக மழை முன்னறிவிப்பு நாட்காட்டி ஒன்றை வெளியிட்டிருக்கிறது. அதில் இந்த ஆண்டு, எந்த மாதத்தில் மழை எவ்வளவு பெய்யக்கூடும் என்று அறிவியல் ரீதியாக ஆராய்ந்து வெளியிடப்பட்டுள்ள கையேட்டில் பக்கம் 66 முதல் 80 வரை பஞ்சாங்கம் மூலம் கணிக்கப்பட்டு, மழை எப்போது பெய்யும் என்கிற தகவலும் வெளியிடப்பட்டுள்ளதாக கொளத்தூர் மணி கூறுகிறார். "அறிவியல்ரீதியான விஷயங்களை மட்டுமே செய்யவேண்டிய அரசு, பஞ்சாங்கத்தை ஏன் நாடவேண்டும்?" என்று கேட்கிறார். சென்ற ஆண்டு மழை பெய்யாமல் இருந்தபோது தமிழக அரசு சில கோயில்களை

தேர்ந்தெடுத்து அங்கு மழைக்காக யாகம் நடத்த உத்தரவிட்டது. அதில் அமைச்சர்கள் கலந்துகொண்டனர். "இந்திய அரசியல் அமைப்புச் சட்டத்தின் மதச் சார்பின்மை *(Secular)* கொள்கைக்கும் *51A(h)* பிரிவில் உள்ள அடிப்படை கடமைகளைப் பரப்புதல் என்ற தலைப்பில், ஒவ்வொரு குடிமகனும் அறிவியல் மனப் பான்மையை *(Seientific Temper)* கேள்வி கேட்கும் அறிவை மனித நேயத்தை, சீர்திருத்தத்தைப் பரப்புவது அடிப்படை கடமை என்று இருக்கும்போது, அதை செய்யத் தவறுவதைவிட பெருங் குற்றமும் உண்டோ?" என்கிறது திராவிடர் கழகத் தலைவர் கி.வீரமணியின் அறிக்கை.

2011 சட்டமன்றத் தேர்தல்களில் அதிமுக வெற்றிபெற்றதால் வேண்டுதலை நிறைவேற்ற ராமநாதபுரம் மாவட்டத்தைச் சேர்ந்த கே. சரிதா தேனி மாவட்டம் வீரபாண்டியில் உள்ள கவுரியம்மன் திருக்கோயிலில் தனது நாக்கை வெட்டி காணிக்கை செலுத்தியதாக அரசு செய்திக் குறிப்பில் தெரிவிக்கப்பட்டுள்ளது. அவருக்கு அரசு வேலையை அளித்தார் அப்போதைய முதல்வர் ஜெயலலிதா. மதம் சார்ந்த நம்பிக்கையை ஊக்கப்படுத்துவது மற்றும் கட்சி சார்ந்து செய்த செயலுக்கு அரசு வேலை தருவது என்று இரு தவறுகளை ஒரே நேரத்தில் செய்தார் ஜெயலலிதா.

மத்தியில் ஆளும் பாஜகவோ மிக வெளிப்படையாக இந்துத்துவத்தை திட்டமாகக் கொண்டு செயல்படுகிறது. தன்னை திராவிடக் கட்சி என்று சொல்லிக்கொள்ளும் அதிமுகவின் ஆட்சியில், நிர்வாகத்தின் செயல்பாட்டில், மதச்சார்பின்மையை பூதக்கண்ணாடி வைத்து தேடவேண்டி உள்ளது "முன்பெல்லாம் அரசு புதிய கட்டடத்துக்கு அஸ்திவாரம் போட்டால் 'அடிக்கல் நாட்டப்பட்டது' என்பார்கள். இப்போதெல்லாம் 'பூமி பூஜை' என்கிறார்கள். இது எப்படி மதச்சார்பற்ற அரசாக இருக்கமுடியும்?உமாசங்கரை அரசு கேள்வி கேட்பதற்கு முன், அதற்கு முதலில் அது தன்னை தகுதிப்படுத்திக் கொள்ளட்டும்" என்கிறார் கொளத்தூர் மணி.

இந்தியா டுடே, பிப்ரவரி 2015

❖❖❖